I0630337

हसत-खेळत ध्यानधारणा

जीवनातील विविध पैलूंवर प्रश्नोत्तरांसह
ओशोंनी दिलेल्या पाच प्रवचनांचे संकलन

ओशो

अनुवाद
मीना टाकळकर

मेहता पब्लिशिंग हाऊस

HASAT KHELAT DHYANADHARANA

Originally Published in Hindi under the title :
HASIBA KHELIBA DHARIBA DHYANAM
Translated in Marathi Language by Meena Takalkar

हसत-खेळत ध्यानधारणा / वैचारिक

अनुवाद : मीना टाकळकर
Email : author@mehtapublishinghouse.com
मराठी अनुवादाचे व प्रकाशनाचे हक्क मेहता पब्लिशिंग हाऊस, पुणे.

प्रकाशक : सुनील अनिल मेहता, मेहता पब्लिशिंग हाऊस,
१९४१ सदाशिव पेठ, माडीवाले कॉलनी, पुणे – ३०.

अक्षरजुळणी : इफेक्टस् २१/६ब, आयडिअल कॉलनी, कोथरूड, पुणे – २९.

मुखपृष्ठ : मेहता पब्लिशिंग हाऊस

प्रकाशनकाल : जानेवारी, १९९९ / फेब्रुवारी, २००० / ऑक्टोबर, २००४ /
डिसेंबर, २००६ / ऑगस्ट, २००९ / डिसेंबर, २०१२ /
सुधारित आवृत्ती : मे, २०१७

P BOOK ISBN 9788171619924
E BOOK ISBN 9789386888808
E Books available on : play.google.com/store/books
www.amazon.in/b?node=15513892031

भूमिका

ध्यान हा आमचा स्वभाव आहे

माझ्या म्हणण्यानुसार ध्यानापेक्षा जास्त मौल्यवान काहीच नाही; तसंच ध्यानापेक्षा कमी किमतीची कोणतीच गोष्ट नाही. लोक समजतात त्याप्रमाणे ध्यान, प्रार्थना वगैरे गोष्टी इतक्या अवघडही नाहीत. माहीत नसलेल्या, अपरिचित अशा गोष्टींमध्ये अवघड आणि कठीण वाटू शकतं, बाकी काही नाही. आमच्या घराच्या वळचणीला फुलं फुललेली आहेत; पण आम्ही खिडकीच बंद केलीय, बाहेर सूर्य उगवलाय आणि आम्ही दरवाजा बंद केलाय, समोर खजिना पसरलाय; पण आम्ही डोळे बंद करून बसलो आहोत. तर अशा वेळी अवघड आणि कठीण आहे खरं! आम्ही आमच्या हातांनी या गोष्टींसाठी अपरिचित झालो आहोत ही एकमात्र अवघड गोष्ट आहे; त्यामुळे काही सुंदर गोष्टींना आम्ही मुकलोय; परंतु आम्ही कोणत्याही क्षणी या गोष्टींसाठी परिचित होऊ शकतो. ध्यान ही प्रत्येक व्यक्तीची क्षमता आहे; प्रत्येक व्यक्तीच्या आवाक्यातली गोष्ट आहे. फक्त क्षमताच नाही तर तो प्रत्येक व्यक्तीचा अधिकारही आहे.

ज्या दिवशी परमेश्वर माणसाचा जन्म घडवतो तो ध्यानासह घडवतो. लहान मुलांत मोठ्या माणसांपेक्षा 'ध्यान' अस्तित्वात असतं. म्हणूनच लहान बालकांच्या आयुष्यात मोठ्या माणसांपेक्षा जास्त आनंद भरलेला असतो. काही अलौकिक मुलं बोलतात तेव्हा 'आतलं' मौन बोलतंय असा भास होतो. मोठी माणसं, म्हातारी माणसं बोलतात ते म्हणजे 'मौनापासून' बचाव करण्यासाठी! दोन माणसं शेजारी बसल्यानंतर एकमेकांशी बोलतात ते इतक्या झटपट सुरू करतात की, मौनाच्या फेऱ्यात सापडायला नको. 'गप्प' बसणं म्हणजे मौनाचं संकटच. नाहीतर सगळंच अवघड होणार. कारण मग मौन तोडणं महामुश्कील! जर नवरा हा बायकोशी फार वेळ बोलला नाही तर धोकाच संभवतो. पत्नी नाही बोलली तरीही धोकाच. थोडा वेळ जरी मौनावस्था असली तरीही कठीणच. कारण, मग मध्येच मौन तोडणं हे मुश्कील बनतं आणि म्हणूनच आम्ही मंडळी 'मौनाला' आमच्याजवळ येऊच देत नाही. आम्ही अथक बडबड करत मौनाला दूर ठेवतो.

लहान मुलं बोलतात तेव्हा त्यातून मौन बोलत असतं; परंतु मोठी माणसं

बोलतात ती फक्त 'मौनापासून' सुटका असते. मौनापासून पलायन असतं; परंतु लहान मुलांना फार लवकर 'मोठं' करण्याचा आमचा प्रयत्न असतो.

लहान मुलं ही जोपर्यंत 'मुलं' म्हणून असतात तोपर्यंत आमच्या दृष्टीनं ती बेभरवशाची असतात, तोपर्यंत ती आमच्या कामाची नसतात. त्यांना मुळातच परमात्म्यापासून जे मिळालेलं आहे ते लवकरात लवकर तोडूनमोडून टाकण्याची आम्ही घाई करतो आणि आमच्या वाटेवरून (मोठ्यांच्या) त्यांना चालवण्याची तत्परतेनं धडपड करतो. त्याच्या 'स्वत:जवळ' तो जन्मापासून कोणती अमोलिक गोष्ट घेऊन आलाय हे त्याला समजायच्या आतच आम्ही त्या गोष्टीपासून त्याला अपरिचित करतो आणि अशा गोष्टींशी त्याला परिचित करून टाकतो की, आयुष्यभर तो त्याच गोष्टींना परिचित राहील आणि 'मुळात मिळालेल्या संपत्तीबद्दल' तो अपरिचित राहील.

ध्यान हा आमचा स्वभाव आहे. जन्मापासून स्वत:बरोबर आम्ही तो घेऊन आलेलो आहोत. म्हणूनच नंतरच्या काळात ध्यानाशी परिचित होणं अवघड नाही. जे आमचं मुळातच आहे त्याचं काही काळ विस्मरण झालंय इतकंच! त्याला आम्ही पुन्हा आठवू शकतो. ध्यानाला आठवणं हे 'स्मरण' करण्यापेक्षा जास्त काही नाही. काहीतरी आमच्याजवळ होतं, ते आम्ही विसरून गेलो; त्यामुळे कठीण काहीच नाही. प्रत्येक व्यक्ती 'ध्यानामध्ये' जाऊ शकते.

ध्यान मंदिराचं प्रयोजन असं आहे की, ज्या ठिकाणी - कोणत्याही धर्माची, कोणत्याही मार्गाची व्यक्ती, कोणत्याही विचारांची व्यक्ती, वैज्ञानिक पद्धतीनं, सायंटिफिक पद्धतीनं ध्यानाशी परिचित होऊ शकेल आणि ध्यान आत्मसात करू शकेल. इतकंच नाही तर ध्यानमार्गावरच्या अडचणीही वैज्ञानिक पद्धतीनं समजून घेऊ शकेल.

वैज्ञानिक पद्धतीनं रितीरिवाज असलेल्या मंदिरांची किंवा मशिदींची तसंच गुरुद्वारांची कमी आहे असं नाही. प्रत्येकाची धर्मस्थानं भरपूर आहेत - परंतु मंदिरं, मशिदी, गुरुद्वारा यांची भाषा आणि आत्ताच्या आधुनिक माणसाची भाषा निराळी आहे. त्या दोन्हींमध्ये कोणताच संबंध राहिलेला नाही. - मंदिरांमधून जे सांगितलं जातं ते चुकीचं असतं असं नाही किंवा मशिदींमधून, गुरुद्वारांतून सांगितलं जातं ते चुकीचं आहे असंही नाही; परंतु त्यांची व्यक्त करण्याची भाषा इतकी जुनी-पुराणी झाली आहे की, ती आधुनिक मनुष्याला दूरची वाटते. आजच्या माणसांचं सर्व

शिक्षण हे वैज्ञानिकतेच्या आधारावर होत असतं आणि मंदिरं, मशिदी आणि गुरुद्वारांच्या सगळ्या पद्धती या पुरातन आहेत. त्याला वैज्ञानिक स्तर नाही. आजच्या आधुनिक मनुष्याशी त्याचा काही ताळमेळ नाही.

वैज्ञानिक पद्धतींनी मंदिर बनवण्याचं माझं प्रयोजन असं आहे की, आधुनिक मनुष्याला 'ध्यान' या गोष्टीशी फक्त बौद्धिक पातळीवरच 'तयार' असण्यापेक्षा वैज्ञानिक, प्रयोगात्मक, एक्सपेरिमेंटल असं काहीतरी त्याच्याजवळ असणं हे महत्त्वाचं आहे आणि तो इथे देण्यात यावं. बौद्धिक रूपानं 'ध्याना'शी ओळख होणं फार कठीण आहे; परंतु वैज्ञानिक विचारांच्या पातळीवर, प्रयोगात्मक अशा रूपानं ते फारच सरळ आहे. अशा काही गोष्टी असतात की, त्या प्रत्यक्ष 'केल्यानंतरच' समजतात. ज्या गोष्टींना नुसतं समजण्यानं नाही करता येत. इथे वृत्ती महत्त्वाची आहे. फक्त समजणं महत्त्वाचं नाही. खरं पाहता 'प्रत्यक्ष केल्याशिवाय' आम्ही जाणूनही घेऊ शकत नाही. आधुनिक भाषा, व्याख्या, आधुनिक प्रतीकं याद्वारे प्रत्येक व्यक्ती 'ध्यान' समजू शकेल अशी वैज्ञानिक व्यवस्था निर्माण करायची आहे. फक्त समजू शकेल एवढंच नाही तर प्रत्येक व्यक्ती प्रत्यक्ष 'करू'ही शकेल आणि ध्यानाशी परिचित होऊ शकेल.

या पुस्तकाचा अनुवाद करत असताना
माझी मैत्रीण व हिंदी भाषेच्या अभ्यासिका
श्रीमती वृषाली पटवर्धन
यांचे बहुमूल्य सहकार्य लाभले.

मीना टाकळकर

सहा

अनुक्रमणिका

औषधयोजना आणि ध्यानधारणा

माणसाला अनेक प्रकारचे आजार होतात, ते तर सर्वश्रुतच आहे; पण खरं पाहता माणूस स्वत:च एक आजार आहे. 'मॅन इज ए डिजीज.' त्याचं हे 'आजार' असणं हे त्याचं दु:खही आहे आणि वैशिष्ट्यही! म्हटलं तर ते त्याचं सौभाग्य आहे म्हटलं तर दुर्भाग्यही! पृथ्वीवर या मनुष्यप्राण्याला जे ताण-तणाव आहेत, ज्या चिंता-व्याधी आहेत, तशा दुसऱ्या कोणत्याच प्राण्याला नसतील, पण खरं पाहता या सगळ्यामुळेच माणूस प्रगती करू शकला आहे. कारण या सगळ्या गोष्टींच्या मुळाशी आहे ती त्याची असंतुष्ट वृत्ती. तो जिथे आणि ज्या स्थितीत जसा असतो तिथे आणि त्या स्थितीत तो कधीच समाधानी नसतो. त्याचं हे असमाधानच त्याला गतिशील बनवतं, पण कधी-कधी या असमाधानामुळे तो चिंतित, दु:खी, त्रस्तही होतो.

मनुष्यप्राणी सोडल्यास कोणत्याही प्राण्याला वेड लागत नाही. जोपर्यंत मनुष्य कोणत्याही प्राण्याला वेड लावायचं ठरवत नाही तोपर्यंत तो वेडा होत नाही. जंगलामध्ये प्राणी विक्षिप्तपणे वागत नाहीत; पण सर्कसमध्ये आणि प्राणी संग्रहालयात ते

विक्षिप्त बनतात. कोणताही प्राणी आत्महत्या करताना आढळणार नाही. स्वतःचा नाश करून घेताना दिसणार नाही. आत्महत्या - आत्मघात करून घेणारा एकमेव प्राणी म्हणजे मनुष्य!

'मनुष्य' नावाचा हा रोग समजून घेऊन त्याचं निवारण करण्याचे दोन उपाय आहेत. एक म्हणजे मेडिसिनल- औषधयोजना आणि दुसरा मेडिटेशन- ध्यानधारणा! एकाच रोगावर हे दोन्ही उपाय आहेत. औषधीशास्त्र मनुष्याच्या वेगवेगळ्या रोगांवर वेगवेगळे उपचार करते. पण ध्यान मात्र मनुष्याचा वेगवेगळा आजार न मानता, मनुष्य या एकाच आजाराचा एकसंध विचार ध्यानात येतो. ध्यान मनुष्याच्या व्यक्तिमत्त्वालाच 'आजार' मानतो. मनुष्याला दुखणे येते, ते औषधाने जातेही! ही सगळी दुखणी शारीरिक असतात,असे ही औषधशास्त्र मानते. पण हळूहळू हा दुरावा कमी होईल, कारण आता आजारावर उपचार न करता मनुष्यावर उपचार करा, असा विचार वैद्यक शास्त्रात रुजू लागला आहे. हे म्हणणे खूप महत्त्वाचे आहे. याचा अर्थ असा की, कोणताही आजार हा त्या आजारी व्यक्तीच्या जगण्याचा एक भाग असतो, एक मार्ग असतो. सर्व माणसांना सारखेच आजार होत नाहीत. प्रत्येक आजार स्वतंत्र असतो. 'त्याचं' असं व्यक्तिमत्त्व असतं. समजा, मला टी.बी. झालाय आणि तुम्हीही टी. बी.नीच आजारी आहात. वरवर पाहता आपल्या दोघांचा आजार एकच आहे; पण माझा आणि तुमचा टी. बी. वेगवेगळा असेल, कारण मुळातच मी आणि तुम्ही वेगवेगळे आहोत. दोन स्वतंत्र व्यक्ती आहोत. त्यामुळे आपल्यावर इलाजही वेगवेगळे करण्याची शक्यता आहे. ज्या उपचारांनी मला बरं वाटेल तेच उपचार तुम्हालाही लागू पडतीलच असे नाही. म्हणजेच आजारापेक्षा आजारी व्यक्ती महत्त्वाची आहे.

औषधोपचाराने मनुष्याचे वरवरचे आजार बरे होतात, पण ध्यान-धारणा-ध्यान मात्र मनुष्याच्या अंतरंगात शिरून उपचार करते. म्हणजे असे म्हणता येईल की, औषध मनुष्याला बाह्य स्वरूपात बरे करण्याचा प्रयत्न करते. तर ध्यान माणसाचे अंतरंग निरोगी व स्वास्थपूर्ण- करण्याचा प्रयत्न करते. त्यामुळे औषधशास्त्राशिवाय ध्यान पूर्ण होऊ शकत नाही, आणि ध्यानाशिवाय वैद्यकीय शास्त्र अपूर्ण ठरू शकते. मनुष्य म्हणजे शरीरही आहे आणि आत्माही! पण हजारो वर्षांपासून या दोन्ही वेगवेगळ्या गोष्टी आहेत. या दोन्हींचे अस्तित्व स्वतंत्र आहे, असेच मानलं गेलं. त्याचा भयंकर परिणाम असा झाला की, आत्मा (मन) म्हणजेच शरीर असे समजून शरीराकडे दुर्लक्ष झाले. ज्या पंथाने असा विचार रुजवला त्यांनी ध्यानधारणेचा विकास केला; पण औषधीशास्त्राचा विकास केला नाही. औषधाचे शास्त्र बनले नाही. आणि शरीराची उपेक्षा केली गेली. या उलट काही पंथीयांनी शरीर महत्त्वाचे मानून आत्माला कमी लेखले. त्यांनी वैद्यकीय शास्त्र व औषधे यांच्यामध्ये खूप प्रगती

केली. पण ध्यानधारणेच्या बाबत काहीच प्रगती केली नाही. मनुष्य म्हणजे एकाच वेळी आत्माही आणि शरीरही आहे असं म्हणताना भाषेच्या गफलतीमुळे या दोन्ही गोष्टी वेगवेगळ्या आहेत की काय असं वाटण्याची शक्यता आहे. जेव्हा आपण असं म्हणतो की, शरीर आणि आत्मा परस्परांबरोबर आहेत, तेव्हा या दोन्ही गोष्टी भिन्न आहेत. एकमेकांशी जोडलेल्या- परस्परसंबंध नसाव्यात असाही ग्रह होण्याची शक्यता आहे.

वास्तविक पाहता माणसाचे शरीर आणि आत्मा हे एकाच गोष्टीची दोन टोके आहेत. आपण खरंतर शरीर + आत्मा + माणूस असेही म्हणू शकत नाही. माणूस 'सायको सोमॅटिक' आहे की 'सोमेटी-सायकीक' आहे! माणसाचे मन-शरीर आहे; का शरीर- मन आहे! मला वाटते की, आत्म्याचा जो भाग इंद्रियांच्या आधीन असतो ते म्हणजे 'शरीर' आणि आत्म्याचा जो भाग इंद्रियांच्या नियंत्रणात राहत नाही त्याचे नाव 'आत्मा'! अदृश्य शरीर म्हणजे आत्मा आणि दृश्य स्वरूपातील आत्मा म्हणजे शरीर! या दोन स्वतंत्र वस्तू नाहीत की दोन वेगवेगळी अस्तित्वंही नाहीत. एकाच अस्तित्वाचे दोन तरंग आहेत. दोन तरल अवस्था आहेत. या द्वैतवादी भूमिकेने मोठं नुकसान झालं आहे. आपण नेहमी दोन तऱ्हेने विचार करतो आणि समस्या निर्माण होते. आपण पदार्थ आणि त्याची कार्यशक्ती या दोन्हीचा आधी स्वतंत्रपणे विचार करायचो; पण आता तसा विचार केला जात नाही. पदार्थ वेगळा आणि त्याची कार्यशक्ती वेगळी असं आता म्हणतो, किंबहुना पदार्थ म्हणजेच कार्यशक्ती असं मानतो. खरंतर हेच आहे की, जुनी भाषा आपल्याला संभ्रमात टाकते. पदार्थ हीच शक्ती आहे असे म्हणणेही पूर्णत: बरोबर नाही. या दोन स्वतंत्र गोष्टी नसून असं म्हणता येईल की, एका वस्तूच्या एका टोकाला पदार्थ आहे आणि त्याच्याच दुसऱ्या टोकाला शक्ती. एकाच वस्तूची- अस्तित्वाची ही दोन टोकं आहेत.

मनुष्याचे शरीर आणि आत्मा हेही एकाच अस्तित्वाची दोनं टोकं आहेत. म्हणूनच अस्तित्वाच्या कोणत्याही एका टोकाला आजार होऊ शकतो. आणि शरीरापासून सुरू होणारा आजार अस्तित्वाच्या दुसऱ्या टोकापर्यंत म्हणजेच आत्म्यापर्यंत पोहोचू शकतो.

शरीरावर जे आघात होतात त्याची आंदोलने, त्याचे तरंग आत्म्यापर्यंत पोहचतात. त्यामुळे खूपदा असे होते की, शरीराचा आजार बरा झालेला आहे; पण तरीही तो आजारीच राहतो. शरीराची आजारातून मुक्ती होते. डॉक्टर सांगतात की याचा आजार पूर्ण बरा झालेला आहे. पण तरीही तो आजारीच राहतो आणि आजारी व्यक्तीही 'मी आजारी नाही' हे मानायलाच तयार नसते. सगळ्या वैद्यकीय तपासण्या केल्या जातात. पुन्हा सर्व काही व्यवस्थित असल्याचा निर्वाळा दिला जातो. तरीही आजारी माणूस म्हणतो की, 'काही नाही सगळे आहे तसेच आहे!' अशा माणसामुळे

डॉक्टर अगदी त्रासून जातात कारण साऱ्या तपासण्या कोणताही आजार नसल्याचे सांगत (दर्शवत) असतात. काही आजार नसणं म्हणजे पूर्ण निरोगी असणं असा नाही. निरोगीपणाचे स्वतःचे असे काही सकारात्मक निकष असतात. आजार नाही किंवा आजार नसणं हे नकारात्मक झालं; परंतु निरोगीपणावर शिक्कामोर्तबही नाही. म्हणजेच असं की जेव्हा आपण म्हणतो, 'हे काटे नाहीत, म्हणजे त्याचा अर्थ ती फुलेही नाहीत, असा होत नाही. काटे नाहीत म्हणजे फक्त काटे नाहीत एवढं समजतं. 'फुलं असणं' ही 'काटे नसण्यापेक्षा' फार वेगळी गोष्ट आहे.

आत्तापर्यंत वैद्यकशास्त्र निरोगीपणा, आरोग्य म्हणजे काय याबाबत काही संशोधन करू शकले नाही. आजार काय आहे हे शोधण्याकडे त्याचे सारे काम चालले आहे. वैद्यकीय शास्त्रालाच विचारू. स्वास्थ म्हणजे काय या प्रश्नाला उत्तर देताना ते माणसांची दिशाभूल करेल. म्हणजे असं की, ते म्हणेल 'काहीही आजार नसणं म्हणजे निरोगीपणा-आरोग्य' पण हीच दिशाभूल आहे. ती अशा दृष्टीने की आरोग्याच्या आधारानं आजाराची व्याख्या कशी होणार! हे म्हणजे काट्याच्या आधारानं फूल म्हणजे काय हे सांगण्यासारखं आहे. मृत्यूतून जीवनाची व्याख्या करण्यासारखं आहे. अंधाराच्या आधारावर प्रकाशाची व्याख्या करणं आहे किंवा स्त्री वरून पुरुष म्हणजे काय किंवा पुरुषावरून स्त्री कशाला म्हणतात ते सांगण्यासारखं आहे. आरोग्य म्हणजे काय हे आजपर्यंत वैद्यकीय शास्त्र स्पष्ट करू शकले नाही. आरोग्य म्हणजे काय याऐवजी ते फक्त आजार काय आहे हेच सांगू शकतं आणि त्याचं महत्त्वाचं कारण म्हणजे वैद्यकीय शास्त्र बाह्योपचार करते. त्यांना बाहेरून आजार काय आहे हे समजते. जे आंतरिक अस्तित्व आहे. अंतरंगात जो प्राण आहे, जो आत्मा आहे तिथूनच आरोग्याचा अनुभव घेता येऊ शकतो म्हणूनच हिंदी भाषेतील 'स्वास्थ्य' हा शब्द खूप वेगळा आहे. इंग्रजी भाषेतील 'हेल्थ' हा शब्द 'स्वास्थ्य'ला पर्याय नाही. कारण 'हेल्थ' (health) हा शब्द हिलिंग (healing) पासून बनला आहे. त्याला आजाराची कल्पना जोडलेली आहे. 'हेल्थ' म्हणजे 'हील्ड' ज्याची आजारातून मुक्तता झाली. 'स्वास्थ्य' म्हणजे जो स्वतःमध्ये स्थिर झाला. स्वस्थ झाला. ज्याला स्वतःच्या आत्म्यापर्यंत पोहोचता आले असा. ज्याला आपल्या स्वतःच्या अंतरंगापर्यंत पोहोचता आले तो!

स्वास्थ्यचा अर्थ जो स्वत: (मी) म्हणून उभा आहे. म्हणून स्वास्थ्य म्हणजे आरोग्य नाही. खरंतर या जगामध्ये कोणत्याही भाषेत 'स्वास्थ्य'ला पर्यायी शब्दच नाही. जगात सर्वच भाषांत आजार (डिसाज) किंवा आजार नसणं (नो-डिसीज) असेच शब्द आहेत. मनातच रोग नसणं हीच खरी 'स्वास्थ्य' किंवा आरोग्यामागची मूळ कल्पना आहे, भावना आहे; पण यात आजार नसणं हे आवश्यक असलं तरी तेवढंच पुरेसं मात्र नाही. त्यासाठी आणखीही काहीतरी हवं. आपल्या अस्तित्वाच्या

दुसऱ्या टोकावर-अंतरंगात काहीतरी होऊ शकतं. आजार बाहेरून जरी सुरू झाला तरी त्याचा प्रतिध्वनी मात्र अंतरंगापर्यंत पोहोचत असतो. शांत जलाशयात आपण जर एखादा दगड फेकला, तर जेथे तो पडतो त्या जागी खड्डा पडतोच. पण त्याचे तरंग जलाशयाच्या दुसऱ्या किनाऱ्यापर्यंत जाऊन पोहोचतात. तिथे दगड पडलेलाच नसतो. आपल्या शरीराचेही तसेच आहे. आघात शरीरावर होतात आणि त्याचे तरंग आत्म्यापर्यंत जाऊन पोहोचतात आणि वैद्यकीय शास्त्र फक्त शरीरावरच उपाय करणार असेल, तर दुसऱ्या किनाऱ्यापर्यंत पोहोचलेल्या त्या तरंगांचे काय? समजा जलाशयात आपण दगड फेकला. जेथे दगड जाऊन पडला तेथेच आपले लक्ष केंद्रित होते. पाण्यात एक खड्डा पडतो. पण दगडांपासून दूर गेलेल्या, स्वतंत्र अस्तित्व सुरू झालेल्या त्या तरंगांचे काय?

एखादी व्यक्ती आजारी पडल्यानंतर आजारामुळे निर्माण झालेले तरंग आत्म्यापर्यंत पोहोचतात आणि त्यामुळे वैद्यकीय उपचारानंतरही नेहमीच तो आजार पुन्हा उलटण्याचा संभव असतो. आत्म्यापर्यंत पोहचलेल्या त्या तरंगामुळेच आजार उलटतो आणि यावर मात्र वैद्यकशास्त्राजवळ काहीही अजूनही उपाय नाही. म्हणूनच असं म्हणता येईल की ध्यानाशिवाय चिकित्साशास्त्र नेहमी अपूर्णच राहील. कारण त्यात आपण आजार बरा करू- आजारी व्यक्ती नाही. खरं तर डॉक्टरांच्या हे फायद्याचेच म्हणावे लागेल. आजार बरा झाला तरी आजारी त्यांच्याकडे पुन: पुन्हा येणारच!

अस्तित्वाचं दुसरं टोक म्हणजे आत्मा. त्याच्यापासूनही आजाराला सुरुवात होऊ शकते. सत्य तर हेच आहे की मी म्हणतो तेथे आजार आहेच. मनुष्य आहे तेथे आंतरिक चिंता तर आहेच. मी म्हणतो त्याप्रमाणे कोणत्याही प्राण्याला हा आजार नाही. कोणताही प्राणी असा अस्वस्थ नाही. कोणत्याही प्रकारचे ताण-तणाव त्याला अस्वस्थ करत नाहीत. याचे कारण असे की, कोणत्याही प्राण्याच्या मनात कुणीतरी काहीतरी बनण्याचा विचार कधीच येत नाही. कुत्रा कुत्राच आहे त्याला दुसरे काहीही व्हायचे नाही. माणसाला माणूस व्हायचे आहे. आपण कुठल्या कुत्र्याला हे म्हणू शकत नाही की, 'तू थोडा कमी कुत्रा आहे! सगळे कुत्रे हे एकसारखेच असतात. पण मनुष्याला आपण स्पष्ट सरळपणे म्हणू शकतो की, तुझ्यात 'मनुष्यत्व कमी आहे.' संपूर्ण मनुष्य कधीच जन्माला येत नाही.

माणूसच जन्माने अपूर्ण आहे. सारे प्राणी पूर्ण जन्माला येतात. माणूस अपूर्ण जन्माला येतो. काही काम केल्यानंतरच त्याला पूर्णत्व प्राप्त होऊ शकते. त्याची पूर्णत्व न मिळण्याची अवस्थाच त्याचा एक आजार असते. त्यामुळे तो चोवीस तास अस्वस्थ असतो. आपल्याला असे वाटते की, गरीब माणूस अधिक चिंताग्रस्त असतो, तो त्याच्या गरिबीमुळे! पण श्रीमंत माणूसही अस्वस्थ दिसतो. त्यांच्या अस्वस्थतेची कारणं वेगवेगळी असतात. पण अस्वस्थता मात्र तीच असते. हे

आपल्याला समजत नाही. वस्तुस्थिती अशी आहे की, गरीब माणसाजवळ दुःखी होण्याचे गरिबी हे एक कारण तरी असते. त्यामुळे तो इतका अस्वस्थ होत नाही. पण श्रीमंत व्यक्तीजवळ अस्वस्थतेचं, चिंतेचं कोणतेही समर्थन नसते. त्याच्या अस्वस्थतेचे कारणही तो सांगू शकत नाही आणि कारण नसताना येणारी अस्वस्थता अधिक भयंकर त्रासदायक असते, कारण असल्यामुळे माणसाला दिलासा मिळतो. सहानुभूती मिळते. कारण तुमच्या मनात कुठेतरी आशा असते की, त्या कारणास्तव काहीतरी उपाय शोधून अस्वस्थता दूर करता येईल; परंतु कारण नसतांना मधेच काही आजार उद्भवला तर मात्र समस्या सुरू व्हायला लागतात. म्हणूनच गरीब देशांना खूप दुःख सहन करावे लागले आहे. पण ज्या दिवशी गरीब देश श्रीमंत होतील, तेव्हा श्रीमंतांची दुःखं काय असतात हे त्यांच्या लक्षात येईल. खरंतर मला गरिबांच्या दुःखापेक्षा श्रीमंतांचे दुःख अधिक आवडेल. दुःखाचीच निवड करायची असेल; तर श्रीमंती दुःखच निवडायला हवे.

आज अमेरिकेइतका अस्वस्थ व चिंताग्रस्त देश दुसरा नाही. अमेरिकेजवळ जेवढ्या सुख-सोयी आहेत, त्या कोणत्याच देशाकडे नव्हत्या. प्रत्यक्षात प्रथमच अमेरिकेचे डोळे उघडले, त्यांचा भ्रमनिरास झाला. त्यांच्या प्रथमच हे लक्षात यायला लागले की, अस्वस्थता येण्याचे काहीच कारण नाही. काही कारण नाही म्हणून अस्वस्थता आहे. माणूस अस्वस्थ आहे. तो नवीन चिंता शोधून काढतो. त्याचे अंतरंग चोवीस तास सारखी मागणी करत असते. त्यांची मागणी काय जे आहे ते नको आहे आणि जे तो नाही ते मिळवण्याचे अविरत प्रयत्न करतो आहे.

नित्सेने असे कुठेतरी म्हटले आहे की, माणूस एक पूल आहे. 'दोन अशक्य गोष्टींमधील अस्तित्व!' कधीही न घडणाऱ्या दोन गोष्टींमध्ये पसरलेला 'पूल' सतत अशक्य गोष्टींची ओढ! आणि त्या पूर्ण होण्यासाठी लागलेली आतुरता, अशक्य असणाऱ्या गोष्टी पूर्णत्वास नेण्याच्या हट्टापायीच अनेक धर्मांचा उगम झाला आणि तुम्हाला ते माहिती असायला हवे की एक दिवस स्वतः धर्मगुरूच वैद्य होता. पुरोहितच वैद्य होता. तोच धर्मगुरू होता, तोच डॉक्टर होता आणि उद्याही हीच परिस्थिती असेल याचे आश्चर्य वाटायचे कारण नाही. थोडाफार फरक होईल. जो वैद्य असेल तो पुरोहितही होऊ शकेल. अमेरिकेमध्ये असे व्हायला सुरुवात झालेली आहे, कारण प्रथमच अमेरिकन लोकांना स्पष्टपणे कळून चुकले आहे की, प्रश्न फक्त शरीराचा नाही आणि हेही स्पष्टपणे समजायला लागले की, जर शरीर पूर्णतः निरोगी राहिले, तर समस्या वाढायला लागतील. कारण या अस्वस्थेत प्रथमच अंतरंगातल्या आजाराच्या अस्तित्वाची जाणीव व्हायला लागेल.

आपल्याला होणाऱ्या जाणिवांची पण काही कारणे असतात. पायात काटा रुतल्यानंतरच मला माझ्या पायाची आठवण येते. जोपर्यंत काटा पायात रुतत नाही,

तोपर्यंत पायाचे अस्तित्व लक्षात येत नाही, आणि पायात काटा असतो, तेव्हा मी एकचित्त होतो, आणि माझे लक्ष सारखे पायाकडे केंद्रित होते. सारखे पायाकडेच बघितले जाते. दुसरे काहीच मी बघू शकत नाही. खरं आहे! पण एकदा का पायामधून काटा निघाला की हाच आत्मा दुसरे काही तरी बघायला लागतो. मग पोट भरले आहे की नाही, कपडे नीट आहेत का, घर व्यवस्थित व्हायला हवे, बायको पाहिजे, हे सगळे त्याला मिळेल- पण जगामध्ये यापेक्षा दुसरे दुःख नाही हे खरे! ज्याला मनासारखी बायको मिळेल, त्याच्या दुःखाला तर अंतच नाही. मनासारखी बायको न मिळण्यात दुःखाला कारण मिळाल्याची एक आशा- सुख असते. पण मनासारखी बायको मिळाल्यानं ही एक आशाही धुळीला मिळते. तेवढेही सुख मिळत नाही.

वेड्यांच्या इस्पितळाविषयी मी हे ऐकले आहे. एक माणूस ते वेड्यांचे इस्पितळ बघण्यास गेला. अधीक्षक त्याला ते दाखवत फिरत होता. एका बंदिस्त खोलीपाशी आल्यानंतर त्याने विचारले या माणसाला काय झाले आहे? त्या अधीक्षकाने सांगितले की, ज्या स्त्रीवर त्याचे प्रेम होते ती त्याला मिळू शकली नाही; म्हणून तो वेडा झाला. एका दुसऱ्या बंदिस्त खोलीपाशी दुसरा माणूस गज वाकवायचा प्रयत्न करत होता, छाती बडवत होता, केस ओढत होता तेव्हा त्याने अधीक्षकाला विचारले, या माणसाला काय झाले? तेव्हा त्याने उत्तर दिले पहिल्याला जी स्त्री मिळाली नाही, तीच याला मिळाली; म्हणून हा वेडा झाला आहे. पहिला वेडा प्रेयसी मिळाली नाही म्हणून प्रेयसीचा फोटो छातीशी कवटाळून आनंदामध्ये होता. आणि दुसरा तीच मिळाली म्हणून डोके फोडत होता. धन्य ते प्रेमी ज्यांना त्यांच्या प्रेयसी मिळाल्या नाहीत.

खरे तर एखादी गोष्ट आपल्याला मिळत नाही तोपर्यंत ती मिळेल या आशेवर आपण जगत असतो, पण एकदा ती मिळाली की, आपली जगण्याची इच्छाच संपते; आणि आपण रिते होऊन जातो. ज्या दिवशी वैद्य माणसाची शरीरापासून सुटका करेल त्याच दिवशी वैद्याला दुसरं काम पुरं करावं लागेल. ज्या दिवशी आपण मनुष्याची आजारपणातून मुक्तता घडवून आणू त्याच दिवशी प्रथम मनुष्यामध्ये आध्यात्मिक आजार निर्माण होण्याची स्थिती निर्माण होईल, आणि मग तो प्रथमच अस्वस्थ होईल आणि विचार करायला लागेल आता तर सगळे ठीक झाले आहे ना? पण नाही कुठेतरी चुकतंय! वाटतंय तशी परिस्थिती बरोबर नाही.

हिंदुस्थानामध्ये चोवीस तीर्थंकर राजांची, बुद्ध राजाची मुले, राम, कृष्ण हे सगळे शाही परिवारातून आलेले होते. त्यांची अस्वस्थता शरीराच्या पातळीवर संपली आणि मनाच्या (आंतरिक) पातळीवर सुरू झाली याचे आश्चर्य वाटायला नको.

औषध हे मनुष्याच्या बाह्यांगाची अवस्था चांगली ठेवण्याचा आणि आजारातून मुक्तता करण्याचा एक प्रयत्न आहे. मनुष्य सगळ्या आजारातून मुक्त होऊन सुद्धा

'मनुष्य' नावाच्या रोगापासून मुक्त होत नाही. तो रोग अशक्यची आसक्ती असणारा आहे. हा रोग सदैव अतृप्तच आहे. त्याला जे मिळत राहते ते त्याला अर्थहीन वाटते. आणि जे मिळत नाही त्याच्या मागे लागते.

या मनुष्य रोगावर 'ध्यान' एकमात्र उपचार आहे. आजारी व्यक्तीसाठी वैद्याजवळ उपचार आहेत. 'मनुष्य' रोगावर 'ध्याना' मध्ये इलाज आहे. ज्या दिवशी मनुष्याला त्याचे आंतरिक टोक ज्ञात होईल आणि त्याच्यावर तो इलाज सुरू करेल त्या दिवशी वैद्यकीय शास्त्र पूर्ण होऊ शकेल. कारण माझा असा समज आहे. आंतरिक टोकाजवळ (आत्म्याजवळ) बसलेले जे आजारी मन आहे ते असंख्य आजार बाहेरील टोकावर (शरीरावर) निर्माण करते.

जसे मी म्हटले की, शरीराला काही आजार झाला तर त्याची कंपने, आंदोलने आंतरिक आत्म्यापर्यंत पोहचतात. तसेच आंतरिक आत्मा दु:खी असेल, आजारी असेल तर त्याचे आघात शरीरावर उमटतात. म्हणूनच जगामध्ये हजारो प्रकारचे वैद्यकीय उपचार चालतात. हजारो प्रकारच्या वैद्यकीय पद्धती या जगामध्ये आहेत. रोगनिदान हे जर शास्त्र असेल, तर ते हजार प्रकारचे होऊच शकत नाही; पण मनुष्याचे असू शकते. काही आजारांना 'ॲलोपथी' औषधे लागू पडत नाहीत. जे आजार आंतरिक आत्म्यापासून बाह्यांगाच्या दिशेने येतात त्यासाठी ॲलोपथी उपचार म्हणजे फसवणूकच आहे आणि बाह्यांगापासून आंतरिक अस्तित्वापर्यंत जाणाऱ्या रोगांवर ॲलोपथी एकदम उपयुक्त ठरते. आंतरिक आत्म्यापासून शारीरिक पातळीवर येणारे रोग हे शारीरिक नसतातच. शरीरावर केवळ त्याचे प्रतिबिंब उमटते. ते शारीरिक पातळीवर उमटण्याचे मूळ कारण 'मानसिक' किंवा 'आध्यात्मिक' असते.

ज्या माणसाला मानसिक आजार झाला आहे, त्याच्या शारीरिक तपासण्या करून काहीही फायदा होणार नाही. किंबहुना वेगळ्याच उपचारांमुळे त्याचे नुकसानच होईल. अशासाठी काही करणे म्हणजे उपचारांपेक्षा अपायच अधिक होईल (फायद्यापेक्षा नुकसान अधिक होईल). जे उपचार नुकसानही करत नाही आणि फायदाही करत नाही असे उपचार म्हणजे 'होमिओपथी!' हे शास्त्र रोग्याचे नुकसान करत नाही; पण झाला तर फायदाच करते. नुकसान करत नाही याचा अर्थ 'होमिओपथी' चा फायदा होत नाही असा नाही. फायदा आणि नुकसान हे दोन वेगवेगळे अनुभव आहेत. एखाद्या माणसाला मानसिक पातळीवर आजार उद्भवत असेल तर त्या आजाऱ्याला चुकीची औषधे देऊन बरा करणे हे फायदेशीर आहे, कारण त्याच्यामध्ये भरवसा निर्माण करण्यासाठी त्याला खोटी औषधे देण्याची जरूर आहे.

आजकाल औषधी आभास निर्माण करण्याचे बरेच प्रयोग केले जातात. समजा दहा रोगी एकाच आजाराने आजारी आहेत. त्यातील तीन जणांवर 'ॲलोपथी' तीन जणांवर 'होमीओपथी' आणि उरलेल्या तिघांवर निसर्गोपचार केले गेले आहेत.

यामध्ये गमतीची गोष्ट अशी आहे की, या सगळ्या औषध पद्धतींनी यांच्यावर सारखे उपचार केले आणि ते बरेही झाले. त्यात कोणताही फरक पडला नाही. ही थोडी विचार करायची गोष्ट आहे की हे असे कसे?

माझ्या मते 'ॲलोपॅथी' ही एकच शाखा वैज्ञानिक शास्त्र आहे. कारण माणूस वैज्ञानिक आहे म्हणून वैज्ञानिक शास्त्र एकटेच शास्त्रीय दृष्टिकोनातून काम करते. ही एकच शाखा मनुष्याच्या शरीरावर शास्त्रोक्तरीत्या उपचार करते. परंतु माणूस आंतरिक पातळीवर काल्पनिक, 'प्रोजेक्टिव्ह' आणि प्रक्षेपण करणारा आहे. त्यामुळेच ॲलोपथी पूर्णपणे यशस्वी होऊ शकत नाही. ज्या आजाऱ्यावर ॲलोपथीचा काहीही परिणाम होत नाही ती व्यक्ती अवैज्ञानिक पद्धतीने आजारी आहे. आजारी पडणे म्हणजे तरी काय? माझे हे म्हणणे जरा चमत्कारिक वाटेल कारण वैज्ञानिक आणि अवैज्ञानिक पद्धतीनेही माणूस आजारी होतो. प्रत्यक्षात मात्र मानसिक पातळीवर सुरू झालेला आजार जेव्हा शारीरिक पातळीवर येतो तेव्हा त्या आजाराचे शास्त्रीय दृष्ट्या निराकरण करता येत नाही.

माझ्या ओळखीची एक तरुण स्त्री आहे; तिला अंधत्व आले होते; पण ते मानसिक अंधत्व होते. ते 'मानसिक अंधत्व' होते म्हणजे असं की, प्रत्यक्षात तिला अंधत्व आलेलेच नव्हते. जाणकारांनी सांगितले की, तिचे डोळे चांगले आहेत. ती खोटे बोलते आहे. परंतु ती मात्र मुळीच फसवत नव्हती. तिला आगीच्या जवळ नेले तरी ती त्या बाजूने जात होती. ती मुलगी फसवत तर मुळीच नव्हती. ती खरंच अंधळी झाली होती. तिचे अंधळेपण हे वैद्यांच्या उपचाराबाहेरचं होतं. तिच्यावर उपचार करणं त्यांच्या हातात नव्हतं.

तिला माझ्याकडे आणल्यानंतर मी तिला समजवायचा प्रयत्न केला. नंतर समजले की, तिचे एकावर प्रेम आहे आणि घरातल्या माणसांनी तिला त्याला भेटणे, बोलणे बंद करून टाकले होते. सारखं तिला विचारल्यानंतर दोन-चार दिवसांनी तिने सांगितले. की 'त्याच्याशिवाय दुसरं काहीही बघायची तिला मुळी इच्छाच नाही.' त्याच्याशिवाय दुसरं काहीही न बघण्याचा तिचा ध्यास, तिचा निश्चय इतका पक्का होता की, त्यामुळेच मानसिक दृष्ट्या तिच्या डोळ्यांनी बघायचंच बंद केलं, तिला अंधत्व आलं. इतक्या तीव्र भावनेने मनामध्ये संकल्प असले की, त्याच्याशिवाय दुसऱ्या कुणाला बघण्यात काय अर्थ आहे, तर त्या डोळ्यांना मानसिक अंधत्व येईल. डोळे काही बघणेच बंद करेल. शरीरशास्त्रदृष्ट्या डोळे बघितल्यावर हे लक्षातच येणार नाही कारण डोळे तर चांगले आहेत. त्यांचे कार्यही नीट चाललेले आहे. फक्त नेत्रपटल थोडा सरकला आहे एवढेच! आपली इच्छा असेल तोपर्यंतच आपले शरीर काम करते. याचा अनुभव आपण घेतच असतो, पण तरीही हे आपल्या लक्षात येत नाही.

मी तिच्या घरच्या लोकांना सांगितले की, तिचे डोळे ज्याला बघण्यासाठी आसुसले आहेत आणि त्यालाच जर तुम्ही तिला बघू दिले नाहीत तर तिचे डोळे कायमचे अधू होतील. तिला दुसरे काहीही झालेले नसून प्रेमभंगामुळे तिच्या दृष्टीचा मृत्यू झाला आहे. त्यांनी विचारले की, यामध्ये डोळ्यांचा काय संबंध आहे! मी त्यांना एकदा प्रयत्न करायला सांगितले आणि बरोबर पाच वाजता तिचा प्रियकर तिला भेटायला येणार आहे हे समजल्यावर ती बरोबर त्या वेळेस दारात त्याची वाट पाहत उभी राहिली. तिची दृष्टी चांगली होती. ती फसवणूक नव्हती.

एक तरुण हॉकीच्या की फुटबॉलच्या मैदानावर खेळताना त्याच्या पायाला दुखापत झाली. रक्तही येत होते; पण त्याला मात्र काही समजत नव्हते. मॅच बघणाऱ्यांनाही ते दिसत होते; पण त्यालाच दिसत नव्हते. अर्ध्या तासाने खेळ संपल्यावर त्याला दुखापत झाल्याची जाणीव होऊन तो पाय पकडून जोरजोरात रडायला, ओरडायला लागला की, मला दुखापत केव्हा झाली. दुखापत होऊन अर्ध्या तासाने त्याला जाणीव व्हावी. अर्ध्या तासापूर्वी त्याला हे का समजले नाही? त्याचे लक्ष त्यावेळेस पायाकडे नव्हते. तो खेळण्यामध्ये इतका मग्न होता की 'पाय' नावाचा अवयव आपल्याला आहे; हेच तो विसरला! ज्या पायाने तो धावत होता, त्या पायाने त्याला वेळोवेळी जागे केले असेल, पायाच्या स्नायूंनी विरोध केला असेल. पायाने दुखापत झाल्याची नोंद आंतरिक आत्म्याला दिली असेल. पण त्याचा आत्मा त्यावेळेस सुस्त होता किंवा त्याचे लक्ष दुसरीकडे असेल. त्याच्या अस्तित्वाची त्याला जाणही नसेल आणि अर्ध्या तासाने खेळ संपल्यावर तो जागा झाला आणि आपल्या पायाला दुखापत झाली आहे, याची त्याला जाणीव झाली.

'हिप्नॉटिझम' मध्ये असे काही प्रयोग केले आहेत की, ते प्रयोग खरेच वाटावेत. मी स्वत: केलेल्या एका प्रयोगाविषयी सांगतो. पूर्ण संमोहित केलेल्या व्यक्तीच्या हातावर विस्तव आहे असे सांगून साधा दगड ठेवला तरी तो त्या दगडाला विस्तव समजून ते तो फेकून देईल, ओरडेल, मी भाजली म्हणून आरडाओरडा करेल. पण हातावर फोडही दिसला, तर मात्र खरा प्रश्न निर्माण होईल. असं वाटतं हातावर विस्तव ठेवला, तर खरंच फोड येऊ शकतो. अशा फोडावर शारीरिक पातळीवर उपचार करणे अवघड आहे. या फोडावरील इलाज मनाच्या पातळीपासून सुरू करायला पाहिजे.

मनुष्याचे बाहेरचे टोक असलेल्या आपल्या शरीराचे आजार हळूहळू कमी होत चालले आहेत, पण मानसिक आजार मात्र वाढत आहेत. त्यामुळे शास्त्रीय दृष्ट्या शारीरिक आणि मानसिक आजार आता निम्मे-निम्मे झाले आहेत; पण हिंदुस्थानात तसे नाही. कारण मानसिक आजारासाठी 'मन' असावे लागते. हिंदुस्थानात पंचावन्न टक्के आजार हे शारीरिक आहेत. पण अमेरिकेमध्ये मानसिक आजार वाढत आहेत.

मानसिक आजार म्हणजे ज्याचा उगम आंतरिक असतो. प्रत्यक्ष स्वरूप बाहेरच पसरलेले दिसते. मानसिक आजार हे बाह्यवर्ती असतात, तर शारीरिक आजार अंतर्वर्ती असतात. जर मानसिक आजारावर आपण शारीरिक दृष्टीने इलाज केलेत तर मानसिक आजार त्वरित दुसरा मार्ग शोधेल. म्हणूनच मानसिक आजाराचे आपण फक्त मार्ग बंद करू शकतो. पण एक बंद केला तर दुसरा उद्भवतो. दुसरा बंद केला तर तिसरा उद्भवतो आणि जेथे आपल्या व्यक्तिमत्त्वाचे पैलू कमजोर असतील त्याठिकाणी मानसिक आजार होईल. त्यामुळे बऱ्याचदा वैद्य आजार बरे करण्यापेक्षा एका आजाराचे अनेक रोग निर्माण करण्यालाच मदत करतो. एकच उपाय करून मानसिक रोग बरा करण्यापेक्षा अयोग्य उपचाराने तो अनेक ठिकाणी निर्माण होतो कारण आपण इलाज नीट न केल्याने अनेक अडथळे निर्माण करून ठेवतो.

'ध्यान' हे माझ्या मते दुसऱ्या टोकावरचा उपचार आहे. प्रत्यक्षात औषधाचा भार वस्तुस्थितीवर असतो आणि ध्यान तुमच्या शरीरातील चेतना/शक्ती कार्यरत करते. 'ध्याना'ची कोणची अशी गोळी नाही. नाहीतर ती तयार करण्याचेही प्रयत्न केले असते. एल.एस.डी., मैस्कलिन, मरीजुआना यासारख्या गोळ्यांप्रमाणे ध्यानाची गोळी बनवण्याचे प्रयत्न केले गेले असते परंतु 'ध्याना'ची अशी कोणती गोळी असेल? अशी गोळी बनवण्याचा अट्टाहास हाच की, आम्ही शरीरावर उपचार करू. व्यक्ती मानसिक पातळीवर आजारी असेल तर इलाज आम्ही बाहेरूनच करणार. आत्म्याच्या पातळीवर नाही. एल.एस.डी. मैस्कलिन किंवा इतर औषधे 'स्वास्थ्य' मिळाल्याचा खोटा बहाणा करून फसवत असतील, आंतरिक स्वस्थता असल्याचेही सांगत असतील परंतु ते 'आंतरिक स्वास्थ्य' कधीही मिळवून देऊ शकणार नाहीत. कारण कोणचीही रासायनिक औषधे मनुष्याच्या आत्म्याच्या टोकापर्यंत पोहचू शकत नाहीत. जसे जसे आपण आंतरिक पातळीवर पोहोचतो तितकी त्या औषधाची तीव्रता क्षीण होत जाते आणि जसे-जसे आपण आत्म्याच्या अस्तित्वापर्यंत पोहचायला लागतो तेव्हा भौतिक आणि व्यावहारिक सुख कमी महत्त्वाचे वाटायला लागतात. उरते फक्त अभौतिक मानसिक समाधान!

परंतु पूर्वग्रहदूषित भावनेने व पक्षपाती वृत्तीमुळे काही घडू शकले नाही. जगामध्ये सनातनी मताचे लोक खूप आहेत आणि आश्चर्य असे की, त्यामध्ये प्राध्यापक आणि डॉक्टर्स हे अग्रभागी आहेत. हे लोक जुन्या रूढी, प्रथा लवकर सोडत नाहीत आणि त्याचे स्वाभाविक कारणही तसेच आहे. डॉक्टर्स आणि प्राध्यापक यांनी जुन्या रूढी- प्रथा झुगारून टाकल्या, तर प्राध्यापकांना विद्यार्थ्यांना शिकवणे खूप अवघड जाईल. कारण शिकवण्यासाठी त्या त्या गोष्टी सिद्ध होण्याची गरज असते. शिकवल्या जाणाऱ्या गोष्टी स्पष्ट व्हायला हव्यात. त्यामध्ये अनिश्चितता, तरलता आणि पारदर्शकपणा असायला नको. आत्मविश्वासपूर्ण शिकवण्यासाठी

ठाम भूमिका स्वीकारणे महत्त्वाचे असते.

आणि प्राध्यापकांना आत्मविश्वासाची जेवढी गरज असते, तितकी चोर-डाकूंना नसते. ते जे काही सांगतात ते पूर्णपणे बरोबर आहे याविषयीही त्यांना खातरी असायला हवी. ते जे करतात ते योग्य आहे, ही त्यांची व्यावसायिक गरज आहे, त्यामुळे ते अधिक सनातनी बनतात. यामुळे नुकसान मात्र होते. कारण शिक्षण सगळ्यांत कमी सनातनी असले पाहिजे. शिक्षण सनातनी बनल्याने विकासात अडथळा निर्माण होतो. त्यामुळे जगातले कोणतेही शिक्षक संशोधक नसतात. विद्यापीठामध्ये एवढे प्राध्यापक आहेत, पण संशोधन मात्र विद्यापीठाच्या बाहेरचे लोक करतात, विद्यापीठातले नाहीत. नोबल पारितोषिक विजेत्यांपैकी सत्तर टक्के पारितोषिक विजेते विद्यापीठाच्या बाहेरचे आहेत.

सनातनी मतवादी असलेला दुसरा व्यवसाय आहे तो डॉक्टरांचा! त्याचे कारण पण व्यावसायिक आहे कारण त्यांना खूप लवकर निर्णय घ्यावे लागतात. रोगी अगदी मरायला टेकला आहे आणि डॉक्टर विचार करत बसले, तर त्यांचा विचार होईल; पण तोपर्यंत रोगी वाचणार नाही. आणि ते जर पुरोगामी विचारांचे आणि नवीन नवीन प्रयोग करणारे असतील तरीही धोका आहे. कारण ज्यांना कारणमीमांसा शोधून काढायची आहे ते जुन्या ज्ञानावरच अवलंबून असतात. नवीन काही शोधण्याच्या भानगडीत ते पडत नाहीत. ज्यांना लगेचच तयार उत्तर हवंय त्यांना जुन्या ज्ञानावर विसंबून राहावेच लागते. म्हणून वैद्यकशास्त्र वैद्यक शिक्षकांपासून तीस वर्षे मागे जाऊन अभ्यास करते. कारण खरंतर जे आत्ता व्हायला नको ते होत आहे. त्यामुळे बऱ्याच रुग्णांना मृत्यूला सामोरे जावे लागते. पण ही व्यावसायिक वास्तवता आहे. त्याला त्याची मान्यता असल्याने शरीरात चैतन्य निर्माण करण्यापेक्षा औषधावर अधिक विश्वास ठेवला जातो. आजकाल मनाच्या शुद्धीपेक्षा औषधांना अधिक महत्त्व आहे आणि याचे परिणाम खूप भयंकरही होत आहेत. कारण जोपर्यंत रासायनिक प्रक्रिया महत्त्वाची आहे, तोपर्यंत मनाची शुद्धता, जागृती यावर संशोधन केले जाणार नाही.

मी काही दोन-चार प्रयोगांबद्दल सांगतो, त्यावरून हे लक्षात येईल. आई मुलाला जन्म देते तेव्हा यातनांशिवाय मुलाचा जन्म व्हावा ही घटना जुनीच आहे; पण वेदनेशिवाय मुलाचा जन्म कसा होणार? पणे धर्मगुरूंचेही असे मत आहे की, वेदनेशिवाय मुलाचा जन्म होणारच नाही आणि सारे जग सुखी समाधानी व्हावे हेही त्यांना मान्य नाही. कारण सारे जग आनंदी, दुःखविरहित झाले तर मग धर्मगुरूंचे काय काम राहिले? ते एकदम प्रवाहातून बाहेरच फेकले जातील आणि त्यांची काहीही गरज राहणार नाही. दुःख, मनस्ताप, आकांक्षा आहेत म्हणून परमेश्वराची आपण प्रार्थना करतो. जगामध्ये दुःखच उरले नाही तर देवाची प्रार्थना कोण करणार? दुःखामध्येच परमेश्वराचे अधिक स्मरण होते आणि जगामध्ये दुःखच उरले नाही तर

परमेश्वराची सुद्धा उपेक्षा होईल. धर्मगुरू तर सतत याच्या विरुद्धच आहे. ते म्हणतात की मुलाला जन्म देताना होणाऱ्या प्रसूती वेदना या नैसर्गिक आहेत आणि त्या व्हायलाच पाहिजे. परमेश्वरानीच तशी व्यवस्था केली आहे.

मुलाला जन्म देताना आईला वेदना व्हायलाच पाहिजेत असे कोणत्याही ईश्वराचे म्हणणे नाही. पण वैद्यकीय उपचार करणारे असे म्हणतात की, प्रसूतीच्या वेळेस काही औषधोपचार केल्यास किंवा भूल दिल्यास वेदनाविरहित मुलाचा जन्म होईल. हे उपचार शारीरिक पातळीवर सुरू होतात आणि ते तुमची शारीरिक अवस्था अशा पातळीवर आणून ठेवतात की, काही यातना होत आहेत याची पुसटशी कल्पनाही होणार नाही. प्रत्यक्षात स्त्रियासुद्धा हजारो वर्षांपासून स्वत: काही प्रयोग करत आहेत. जगामध्ये पंचाहत्तर टक्के अर्भके रात्री जन्माला येतात. दिवसा स्त्री पूर्ण शुद्धीवर असल्याने सहसा दिवसा मुले जन्माला येत नाहीत. परंतु रात्रीच्या वेळेस ती झोपेत असते. तिचे शरीर सैल झालेले असते. त्यामुळेच मुलाला जन्म देणे रात्रीच्या वेळेस सुखकर होते. आई मुलाला जन्माला येणाऱ्या क्षणापासून त्रास देणे सुरू करते, नंतर तर खूपच अडथळे सुरू होतात. परंतु जन्माला येण्याच्या पहिल्या क्षणापासूनच त्रास देणे सुरू करते.

रासायनिक औषधांच्या साहाय्याने तिचे शरीर झोपेतील अवस्थेमध्ये आणून ठेवण्याचा एक प्रयोग आपण करून बघू. हा प्रयोग अमलात आणता येईल, पण याचे धोकेही खूप आहेत. मोठ्ठा धोका म्हणजे मनुष्याच्या चैतन्यावर विश्वास ठेवता येत नाही. माणसाचा जरा सुद्धा आपल्या चैतन्यावर विश्वास नसतो. आणि जसा-जसा विश्वास कमी-कमी होत जातो तसे-तसे त्याचे चैतन्य कमी होत जाते.

'लोजिम' नावाच्या वैद्याने मनुष्याच्या (चैतन्यावर) अस्तित्वावर विश्वास ठेवला आणि हजारो स्त्रियांना वेदनाविरहित प्रसूतीचा आनंद मिळवून दिला. 'कॉन्शस-को-ऑपरेशन'च्या पद्धतीने संपूर्ण ध्यानाच्या अवस्थेत ती मुलाला जन्म देते. अशा ध्यानाच्या अवस्थेत मुलाला जन्म देण्यास ती सहकार्य करेल. त्यासाठी ती तयार असेल व प्रतिकारही करणार नाही. प्रसूतीच्या वेळेस होणाऱ्या वेदना मुलाच्या जन्माने होत नाहीत, तर तिच्यातील संघर्षाच्या वृत्तीने होतात. मुलाला जन्म देता तिला वेदनांची भीती वाटते ना ती घाबरते. अर्भक जन्माला येईल की नाही यामुळे जन्म देण्याच्या क्षणी ती सारी गात्रे आकुंचित करून घेते आणि त्यामुळे मनातील तिची ही भीती मुलाला जन्माला येतांना अडसर ठरते. अर्भकाला बाहेर येण्याची जबरदस्त ओढ असते आणि ही भीती त्याला बाहेर येण्याला प्रतिबंध करते. या दोघांमध्ये आई-मुलांमध्ये चाललेला हा संघर्ष प्रसूतीच्या वेळेस वेदना निर्माण करते. त्यामध्ये स्वाभाविकता नाही, पण संघर्ष आणि प्रतिकार मात्र आहे.

हा प्रतिकार आपण दोन पद्धतीने कमी करू शकतो. शारीरिक पातळीवर

गर्भवती स्त्रीला बेशुद्ध करायचे पण ध्यानावस्थेत! बेशुद्धावस्थेत बाळाला जन्म देणारी स्त्री पूर्णार्थाने कधीच 'आई' होऊ शकत नाही. त्याचेही एक कारण आहे. मूल जन्माला येताना फक्त बाळाचाच जन्म होतो असे नाही तर एका आईचाही जन्म होत असतो. मुलाचा जन्म हा आईचाही दुसरा जन्मच असतो. एका बाजूला मुलगा जन्माला येतो तर दुसरीकडे एका साधारण स्त्रीतून 'आई' जन्माला येते. यापूर्वी ती तशी कधी नसतेच. बेशुद्धावस्थेत मुलगा जन्माला आला तर आई आणि मुलामधील भक्कम संबंध आपण अनैसर्गिक करू. मग आईचा कधी जन्मच होणार नाही. मागे फक्त आया उरेल.

औषधाच्या स्वरूपात किंवा शारीरिक पातळीवर स्त्रीला बेशुद्ध करून मुलाचा जन्म व्हावा याला माझा विरोध आहे. आपल्या अर्भकाच्या वेळेस ती पूर्णपणे जागृत-शुद्धीवर असली पाहिजे. या पूर्ण शुद्धावस्थेत, जागृतीमध्ये एका आईचाही जन्म होणार असतो. या दुसऱ्या जागृत अवस्थेची स्त्रीला पूर्ण जाणीव असेल तर तिला बाळाच्या जन्माच्या वेळेस चैतन्याचे (चेतनेचे) प्रशिक्षण द्यायला हवे. प्रसूतीच्या वेळचा क्षण तिने समजून घ्यायला हवा. तिने पूर्णपणे ध्यानाकडे लक्ष केंद्रित करायला हवे. तिच्यासाठी 'ध्याना'चे दोन अर्थ आहेत. एक म्हणजे प्रतिकार आणि विरोध न करणे. जे घडत असेल त्यात पूर्णपणे मिसळून जाणे. जशी नदी वाहते आणि वाहता-वाहता खड्डा मिळाला, तर तिथूनही ती वाहायला लागते. झाडाची पाने गळतात तेव्हा झाडाला कुठे समजते, वाळलेली पाने खाली पडताहेत म्हणून! अशा भावनेने घडणाऱ्या घटनांवर संपूर्णतः सहभागी होणे, सहकार्य करणे होय. आपल्या बाळाला जन्म देण्याच्या वेळेस स्त्री जर पूर्ण सहकार्य करणारी असेल, कशाला विरोध करणार नाही, घाबरणार नाही आणि जन्माच्या वेळेस घडणाऱ्या घटनांमध्ये संपूर्ण ध्यानमग्न होऊन, त्यात तल्लीन होऊन गेली, तर वेदनाविरहित प्रसूती होईल. तिला यातना होणारच नाहीत. हे मी विज्ञानाच्या आधारावर सांगत आहे. याच आधारावर हजारो प्रयोग केले गेले आहेत. असे केल्यास यातून मुक्तता होईल. आणि ध्यानाचे व्यापक परिणाम होतील.

ज्याच्यापासून आपल्याला दुःख मिळते त्याच्याविषयी आपल्या मनात लगेच वाईट भावना निर्माण होण्यास सुरुवात होते आणि त्या क्षणापासून त्याच्याशी आपले शत्रुत्व निर्माण होते. त्यामुळे मैत्रीमध्ये अडथळाही निर्माण होतो. आणि मग सुरुवातीपासूनच ज्याच्याशी आपले मतभेद असतात त्या व्यक्ती बरोबर पुन्हा सहकार्याचे संबंध प्रस्थापित करणे खूप अवघड जाते. आणि म्हणूनच सहयोगीनीच्या, जागृतेच्या भावनेतूनच मुलाला जन्म दिला पाहिजे.

आत्तापर्यंत आपण प्रसूती वेदना शब्द ऐकला आहे. पण प्रसूती आनंद नाही. कारण आनंद कधीच झाला नव्हता. पण पूर्ण सहकार्य असेल, तर प्रसूती आनंदही व्हायला

लागेल. मी 'यातनाविरहित जन्म' या कल्पनेचा धारक नसून 'आनंददायी जन्माचा पुरस्कर्ता' आहे. आपण वैद्यकीय शास्त्राचा आधार घेतला, तर त्यातल्या त्यात 'यातनाविरहित' जन्म होऊ शकेल. पण 'आनंददायी जन्म' होणार नाही. पण चैतन्याच्या जागृतीच्या पातळीवर प्रसूती घडवून आणली, तर 'आनंददायी' जन्म होईल, आणि हा पहिलाच क्षण असेल आई व मुलाला एका आंतरिक नात्यामध्ये बांधायचा!

आंतरिक पातळीवरही आपण काही करू शकतो, यासाठी मी हे फक्त उदाहरण दिले. आपण आजारी असतो तेव्हा फक्त बाह्यस्वरूपी उपचार करतो, पण अस्तित्वाच्या पातळीवर तो मनुष्य रोगाविरुद्ध उपचार करून घेण्यास तयार आहे की नाही याचा विचार आपण करत नाही. कधी-कधी रोगाला आपण निमंत्रण देतो आणि असे रोग खूप प्रकारचे असतात. प्रत्यक्षात आपणहून होणारे रोग खूप कमी असतात. बरेचसे रोग असे असतात की, जे आपण स्वतःहून ओढवून घेतो. पण जो रोग आपल्याला होणार असतो त्याचे बीज आपण खूप पूर्वीच पेरलेले असते, पण ते उशिरा येतात त्यामुळे आपण त्याचे योग्य कारण शोधून त्याचा संबंध जोडू शकत नाही.

हजारो वर्षांपर्यंत काही जमातींची समजूत होती की, संभोगाचा संबंध मुलाला जन्म देण्याशी असतो, याची त्यांना कल्पनाच नव्हती. प्रत्यक्ष कृती आणि परिणामस्वरूप होणारा मुलाचा जन्म यात नऊ महिन्यांचे अंतर असते. यामुळे प्रत्यक्ष कार्य आणि त्याचं फलित यात एवढं अंतर असणं हेच समजणं कठीण- त्यातूनही प्रत्येक संभोगातून मूल जन्माला येतेच असे नाही. संभोगाचा परिणाम अपत्यजन्मात होईलच असे नाही. त्यामुळे नऊ महिन्यांपूर्वी घडलेल्या घटनेचे फलित नऊ महिन्यानंतर मिळेल हा विचार खूप नंतर आला. 'कारण आणि परिणाम' याचा संबंध इथे जोडला जातो. आपण पण आपले आजार कधी नियंत्रित करतो ते कधी आपणहून येतात. त्यात फरक पडतो आणि म्हणूनच आपण त्याचा संबंध जोडू शकत नाही.

मी एका माणसाबद्दल ऐकले आहे की, तो कर्जबाजारी आहे. त्याची अवस्था खूप वाईट आहे. तो बाजारात, दुकानात जायला घाबरतो. इतकेच काय पण रस्त्यातून चालायला सुद्धा तो घाबरतो. अचानक एक दिवस तो बाथरूममधून बाहेर आला आणि खाली पडला. त्याला अर्धांगवायूचा झटका आला. त्याच्या तपासण्या अजून चालल्या आहेत, परंतु आपल्या हे लक्षात येत नाही की, तो माणूस स्वतःच दुर्बल होऊ इच्छित होता. त्याने जाणीवपूर्वक मनात असा विचार केला असेल असे नाही. किंवा स्वतःशी काही ठरवले असेल असे नाही, पण त्याच्या अंतर्मनात कुठेतरी त्याला असे वाटत असेल की, आपल्याला बाजारात, दुकानात किंवा घराबाहेर पडायची वेळच येऊ नये.

दुसरीकडे त्याचे मन आकांक्षा करत असेल की, आपल्याला कुणी टाकून बोलू

नये आणि लोकांनी आपल्याकडे सहानुभूतीपूर्वक बघावे. याला त्याचे शरीर साथही देईल, कारण आपले शरीर मनाला नेहमी सावलीसारखे साथ देते. शरीर सहकार्य करते आणि मन पूर्वतयारी करते. खरंतर मनाच्या अवस्थेचा आपल्याला पत्ताच नसतो. आपण दिवसभर उपास केला, तर रात्री जेवणारच! रात्रीच्या जेवणासाठी मनाची तयारी होते. 'मन!' तुमची अवस्था तयार करते. उपासाच्या दिवशी ते स्वप्नात म्हणते, 'चल दिवसभर उपाशी आहेस, चिंतेत असशील. राजाकडे रात्रीच्या जेवणाचे आमंत्रण आहे. तर तुम्ही रात्री जेवणही कराल. जे शरीर करू शकत नाही ते मन करते. रात्रीच्या वेळी स्वप्नात आपण बहुतेक अशाच गोष्टी बघत असतो. ज्या प्रत्यक्षात करू शकत नाही. जे आपण दिवसभर करू शकत नाही ते (झोपेत) करतो. कारण मन तुमची तशी अवस्था तयार करते. रात्रीच्या वेळी तुमच्या मनात विचार आला की, आता टॉयलेटला जाऊन येऊ, तुमचे 'मन' क्षणात तयार होणार आणि ते स्वप्नात तुम्हाला टॉयलेटला पाठवणार. तुमचा 'ब्लॉडर' वरचा ताण कमी होण्यास सुरुवात होईल आणि वाटेल की तुम्ही 'टॉयलेटला' जाऊन आलात. झोप न तुटता (चाळवता) मनाने तशी अवस्था तयार केली. चोवीस तास कळत नकळत आपले मन आपली काळजी घेत असते.

आता हा माणूस लुळा होऊन खाली पडला. त्याच्यावर इलाज चालू आहेत. आपल्या औषधाचा त्याच्यावर काहीही परिणाम होत नाही. कारण त्याला 'अर्धांगवायू' झालेला नाही. ते त्याचे निमंत्रित दुखणे आहे. समजा त्याचा अर्धांगवायू बरा केला, तर त्याला एकामागोमाग एक असे दुसरेच आजार उद्भवतील. जोपर्यंत घराबाहेर पडून बाजारामध्ये जाण्याची हिंमत तो स्वतःमध्ये करीत नाही, तोपर्यंत त्याला एकसारखे आजार होत राहणार आणि आजारी पडल्यावर परिस्थिती बदलली असेच त्याला वाटत राहणार. तो म्हणणार मला अर्धांगवायू झाला तर मी काय करू? तो कर्जबाजारी असेल तर म्हणेल की माझी तर ही परिस्थिती आहे. मी कर्ज कसे चुकवू? आणि त्याची ही अवस्था बघून पैसे मागणाऱ्या माणसालाही शरम वाटेल. पत्नी सेवा करेल. मुले पाय चेपतील, मित्र बघायला येतील आणि आजूबाजूला लोक जमलेले असतील, त्याचा आत्मा सुखावेल.

खरंतर जोपर्यंत कुणी आजारी पडत नाही; तोपर्यंत त्याच्यावर कुणी प्रेमच करत नाही. त्यामुळे ज्याला 'प्रेम' हवे असेल त्याला आजारी पडण्याचा बहाणा करावा लागतो. प्रेम मिळविण्याचा एक मार्ग म्हणून स्त्रिया बऱ्याचदा आजारी-पडतात. पतीला प्रेमामध्ये बांधून ठेवण्यासाठी पत्नीला याशिवाय दुसरा उपायही नाही, हे तिला माहिती आहे. रोगाला आपण रोखू शकतो, पण पत्नीला नाही. आणि जेव्हा केव्हा सहानुभूतीची गरज वाटायला लागते, तेव्हा हे लक्षात यायला लागते आणि आपण आजारी पडायचे ठरवतो. प्रत्यक्षात सहानुभूतीसाठी आजारी पडणे चांगले

नाही. कारण आजारी माणसांवर उपाय करणे सोपे असते. सारखी सहानुभूतीची अपेक्षा करणेही भयंकरच आहे. कारण त्यामुळे आपण आपल्या आजाराला प्रोत्साहन देतो आणि शारीरिक दृष्ट्या ते भयानक ठरेल.

हा माणूस दुर्बल बनून पडला, त्यावर कोणताही उपाय योग्य पद्धतीने होऊ शकणार नाही, कारण तो लगेच दुसरा आजार निर्माण करेल. कारण अर्धांगवायू (दुबळेपणा) हा त्याचा आजार नाही. तो त्याचा भाव आहे. दुर्बलता त्याच्या मनामध्ये आहे. या संदर्भात एक घटना अशी आहे की, अर्धांगवायू झालेल्या माणसाच्या घराला आग लागते. तो माणूस दोन वर्षे अंथरुणावर पडून होता. उठूही शकत नव्हता. घराल आग लावल्यावर घरातली सारी माणसे घराबाहेर पडली आणि आता त्याचे काय होणार या चिंतेत असतानाच त्याला पळत येताना त्यांनी बघितले. घरातले सगळे म्हणाले, अरे याला तर चालता येतंय! तेव्हा तो माणूस म्हणाला मला कसे चालता येणार? आणि तो लगेच खाली पडला.

असे का झाले? हे सोंग तर नाही ना! पण ते सोंग फसवणूक नसते. कारण फरक इतकाच असतो की, तो आजार शरीराचा नसून मनाचा असतो. त्यामुळे एखादा डॉक्टर जेव्हा रोग्याला असे म्हणतो की, तुम्हाला काहीही झालेले नसून मानसिक आजार आहे. त्यावेळेस ते म्हणणे त्या रोग्याला आवडत नाही. कारण मानसिक आजार आहे म्हणजे हा खोटाच आव आणतो, असे त्यातून स्पष्ट होते. कोणताही माणूस खोटा आजारी पडत नाही. आजारी पडण्याची काही मानसिक कारणे असतात आणि आजारी पडण्याची मानसिक कारणे शारीरिक कारणांपेक्षा अतिशय महत्त्वाची असतात. कदाचित त्यांच्यापेक्षाही अधिक महत्त्वपूर्ण असतात. म्हणून आजाऱ्याला कधीही तू मानसिक आजारी आहेस म्हणून सांगू नये. त्यामुळे त्याला डॉक्टरांचा राग येतो व तो बरा न होता डॉक्टरांच्या विरोधात जातो.

मानसिक आजाराबाबत अजूनही आपण चांगल्या भावना निर्माण करू शकत नाही. माझ्या पायाला दुखापत झाली तर सगळे माझी विचारपूस करतील, मला सहानुभूती दाखवतील. पण हीच दुखापत माझ्या 'मना'ला झाली, तर लोक म्हणतील हा 'मनोरुग्ण' आहे. जसा काही मी खूप मोठा अपराध केला आहे. पायाला दुखापत झाली, सहानुभूती मिळाली; पण मनाला इजा झाली तर माझी चूक झाली का? तो अपराध नाही.

मानसिक आजाराची एक पातळी आहे. पण वैद्य ते स्वीकारत नाहीत. कारण त्यांच्याजवळ शारीरिक उपायांसाठी इलाज आहे एवढेच! ते म्हणतात की, हा आजारच नाही. खरंतर त्याने असे म्हणायला पाहिजे की, हा रोग बरा करणे माझ्या हातामध्ये नाही. तुम्ही दुसरा डॉक्टर शोधा, नाहीतर मला दुसरा डॉक्टर बनावे लागेल.

या माणसाला आंतरिक पातळीपासून सचेतनच्या अवस्थेत येणारे उपचार हवे

आहेत. आणि न जाणो एखादी छोटीशी गोष्टही या माणसाचे आयुष्य बदलून टाकेल.

माझ्यासाठी 'ध्यान' हे असेच आहे. ते आंतरिक पातळीवरून जाणिवेच्या पातळीवर येणारे शास्त्र आहे. एक दिवस बुद्धाला एका व्यक्तीने विचारले, 'तू कोण आहेस?'- दार्शनिक, विचारक, संत की योगी आहेस? कोण आहेस तू? बुद्धाने उत्तर दिले, 'मी एक वैद्य आहे, एक डॉक्टर आहे एवढेच!' बुद्धाचे हे उत्तर खूप समर्पक आहे. फक्त एक वैद्य! - आंतरिक रोगांविषयी मला काही असलेली माहिती मी तुम्हाला सांगतो.

ज्या दिवशी आपल्या मनात असा विचार येईल की, आंतरिक स्तरावरील आजारांसाठी काहीतरी करणे आवश्यक आहे. कारण बाहेरील आजार ना आपण संपवू शकत, ना ते नष्ट करू शकत. आणि याच क्षणाला आपल्या असे लक्षात येईल की धर्म आणि विज्ञान, ध्यान आणि वैद्यकशास्त्र जवळ यायला लागले आहेत आणि मला असे वाटते की, या दोघांना जवळ आणण्याचे काम वैद्यक-शास्त्राशिवाय कोणतेही विज्ञान करू शकत नाही. रसायनशास्त्र, पदार्थविज्ञानशास्त्र आणि गणितशास्त्र धर्मांच्या शिवायही 'राहू शकते' आणि ते तसेच राहणार. कारण गणितशास्त्र कितीही उच्च पातळीवर पोहचले तरी त्याला 'धर्मा'ची गरज पडणार नाही, असे दिसून येते. पण धर्मांशिवाय गणितशास्त्र विकसित होणार नाही, असेही काही नाही. असा क्षण कधी येणार नाही कारण 'गणितशास्त्र' एक 'खेळ' आहे. ते शास्त्र अंतापर्यंत आपले अस्तित्व असेच 'कायम खेळस्वरूपी' ठेवणार आहे. गणित म्हणजे जीवन नाही.

परंतु वैद्य या खेळामध्ये नसून तो जीवनाच्या बरोबर आहे. धर्म आणि विज्ञान यामधील पहिला पूल डॉक्टरच बनेल. ती अवस्था सध्या चालू आहे. या शास्त्राची जाण असणाऱ्यांनी तशी सुरुवातही केली आहे. कारण वैद्याला मनुष्याशी व्यवहार करायचा आहे. कार्ल गुस्ताव जुंग याने मृत्यूपूर्वी सांगितले की, मी एक वैद्य या नात्याने असे सांगतो की, गेल्या चाळीस वर्षांत माझ्याकडे जेवढे रोगी आले त्या सगळ्यांच्या आजारांमध्ये धर्माचा अभाव होता. त्यांना जर एखाद्या धर्माची दीक्षा दिली गेली तर ते शांत होतील. हे त्यांचे भाष्य समजण्यासारखे आहे.

वयाच्या पस्तीस वर्षानंतर मनुष्याचे आयुष्य उतरणीला लागते. पस्तीस वर्षांपर्यंत 'ध्याना'ची कधी जरूरच वाटत नाही. कारण की मनुष्य 'शरीर-केंद्रित' आहे आणि शरीराची अवस्था एका मर्यादेपर्यंत सुधारत जाते. त्यामुळे या पस्तीस वर्षांपर्यंत सर्व आजार हे शारीरिक पातळीवरचे असू शकतील; पण त्यानंतरचे आयुष्य एक वेगळे वळण घेईल. कारण जीवनाची वाटचाल मृत्यूकडे होण्यास सुरुवात झालेली असते. आयुष्य जसे-जसे वाढत जाते तसे ते (बाहेरील अस्तित्वाकडे) शारीरिक वाढीकडे झुकायला लागते आणि माणूस मृत्यूकडे जातो तेव्हा तो आत्मकेंद्रित होतो. ते शरीरामध्ये आकुंचित होते. म्हाताऱ्या माणसांच्या आजारामध्ये मृत्यूची गडद छाया

असते. सर्वसाधारणपणे सारे लोक असे म्हणतात की, चांगला माणूस आजारपणामुळे मृत्युमुखी पडला. पण मी तर असे म्हणेन, की मरणाच्या भीतीने तो आजारी पडला. मरणाच्या भीतीने मनुष्यामध्ये अनेक आजार सहज निर्माण होतात. मला जेव्हा असे वाटते की, माझा मृत्यू आता जवळ आला आहे त्यावेळेस माझ्या शरीरामध्ये अनेक रोग सहजगत्या प्रवेश करतात आणि शरीरही त्याला साथ देते. आपण उद्या मरणार आहोत हे कुणाला आज जरी कळाले तरी चांगला ठणठणीत माणूससुद्धा आजारी पडेल. अशा माणसांच्या सगळ्या शारीरिक तपासण्या उत्तम असतात. एक्स रे, रक्तदान, हृदयाचे कार्य, सारे काही उत्तम असते. पण त्याला खातरीपूर्वक असे सांगितले असेल, की येत्या चोवीस तासात तुझा मृत्यू अटळ आहे, अशा परिस्थितीत असंख्य आजार त्याला होतील. चोवीस तासात तो त्याच्यामध्ये इतके आजार निर्माण करेल की, चोवीस आयुष्यात एवढे रोग स्वतःमध्ये निर्माण करणे त्याला अवघड वाटावे. काय झाले या माणसाला?

आजारी पडण्यासाठी त्याने आपल्या शरीराचे दरवाजे उघडून खुले करून दिले. प्रतिकार करणे सोडून दिले. मरायचेच आहे ना म्हणून आजाराला प्रतिबंध करणारी आंतरिक चैतन्याची भिंत, वर्तुळ त्याने तोडले आणि तो मृत्यूला सामोरा झाला. आणि आजार उद्भवायला सुरुवात होते. निवृत्त माणूस म्हणूनच लवकर मरतो, हे निवृत्त होण्याच्या आधीच त्याने समजून घ्यायला हवे. जो साधारण माणूस सत्तराव्या वर्षी मरेल तर हा पासष्टाव्या वर्षी, ऐंशीव्या वर्षी मरणारा पंचाहत्तरीत मरेल. पाच ते सहा वर्षांचा फरक पडतोच. निवृत्तीनंतर तो जे काही दहा-पंधरा वर्षं जगतो त्या काळात तो काही न करता सारखा मरणाचाच विचार करत असतो. कारण त्याला हे कळत असते की, आपल्यासाठी जगणे हे व्यर्थ आहे. आपली आता कुणाला गरज नाही. जेव्हा आपण हुद्द्यावरती होतो, तोपर्यंत लोक आपल्याला नमस्कार कराचे. आता कोणी तसे करत नाहीत. कोणी लक्षही देत नाहीत. माझ्या नोकरीच्या जागेवर नेमलेल्या दुसऱ्या लोकांना (अधिकाऱ्यांना) सगळे 'सलाम' करतात आणि ते मला कशाला करतील? आणि तसे त्यांनी केले तर त्यांना ते त्रासदायक ठरेल. लोक आपल्याला विसरतील या भावनेने त्याला अचानक वाटायला लागते की, आपण आता निकामी झालो आहोत. काही कामाचे उरलो नाही. आपली कुणाला गरजही नाही. घरामध्ये मुले त्यांच्या बायकोबरोबर सिनेमाला जातील. पूर्वी ज्याच्यासाठी तो दैवत होता त्यांच्यासाठी तो आता कुणीच नाही. यांच्यामध्ये अचानक उपरेपणा निर्माण होतो आणि चारी बाजूने तो मृत्यूला निमंत्रण देतो.

मनुष्याचे आंतरिक मन (चैतन्य) केव्हा स्वस्थ असते? तर एक म्हणजे त्याला आपल्या आंतरिक अस्तित्वाची जाणीव व्हायला लागते. त्याच्या मनात भावना निर्माण होते. सर्वसाधारणपणे आपल्याला आंतरिक अस्तित्वाबाबत काहीच भावना

नसतात. आपल्या साऱ्या भावना शरीराभोवती केंद्रित झालेल्या असतात. आपले हात, पाय, डोळे, हृदय याबाबत आपण खूप संवेदनशील असतो. जे नाही त्याविषयी आपण जास्तच भावूक असतो. आपल्या साऱ्या जाणिवा, जागरूकता शरीराची (घराची) असते, पण घरामध्ये राहणाऱ्या मालकांच्या (आत्म्याच्या) बाबतीत नसते. हे खूप भयंकर आहे. कारण उद्या जर घर पडायला लागले, तर मी समजेन मीच खाली कोसळतोय. तो माझा आजार बनेल. पण मी जर असे मनाशी म्हटले की नाही मी 'घरा'पासून (शरीरापासून) अलिप्त आहे, मी घरामध्ये आहे, घर पडेल तरीही 'मी' (आत्मा) आहे; या म्हणण्याने खूप महत्त्वपूर्ण फरक पडेल आणि अशा वेळेस मृत्यूचे भय कमी वाटायला लागेल.

ध्यानाशिवाय मृत्यूची भीती कधीही कमी होणार नाही. त्यामुळे ध्यानाचा अर्थ हाच की स्वतःमध्ये जागरूकता निर्माण करणे. आपण शुद्धीत असतो तेव्हा आपली शुद्धी जागरूकतेकडे असते, कोणत्यातरी वस्तूंबाबत असते. पण ती स्वतःविषयी नसते आणि म्हणूनच आपण एकटे बसलो की, आपल्याला झोप येते कारण अशा वेळेस आपण काय करणार? वृत्तपत्र वाचायला घेतले, रेडिओ लावला तर झोप जरा उडते एवढेच! एखाद्या माणसाला अंधारात एकटे ठेवले, तर त्या अंधारात त्याला लगेच झोप येईल. कारण त्याला काहीही गोष्टी नजरेस पडणार नाहीत. त्यामुळे देहभान शुद्धीवर असण्याची गरजही राहत नाही. काही दिसत नसल्याने झोपेशिवाय काय करणार? एकटेपणा, अंधार आणि बोलायलासुद्धा कुणी नाही, विचार करण्यासारखे काही नाही. त्यामुळे झोपेशिवाय काही इलाजच नाही.

ध्यान आणि निद्रा हे एका अर्थी समान आहेत, तसेच भिन्नही आहेत 'निद्रा' म्हणजे एकटे आहोत म्हणून जागे आहोत. एकटेपणातसुद्धा तुम्ही आपल्या आंतरिक अस्तित्वासाठी जागे आहात, हाच यामधील फरक!

एक माणूस एक दिवस बुद्धाच्या समोर बसला होता आणि तो सारखा आपल्या पायाचा अंगठा हालवत होता. बुद्धाने विचारले 'तू असा अंगठा सारखा का' हलवतो?' त्या माणसाने सांगितले, मी असाच हलवत होतो आणि तो हलतोय हे माझ्या लक्षातच नव्हते. बुद्ध म्हणाला की, तुझा अंगठा हलतोय आणि तुलाच माहीत नाही? अंगठा कुणाचा आहे? तुझाच आहे तो! त्याने सांगितले, तो माझाच आहे, पण तुम्ही कशाला त्याकडे एवढे लक्ष देता? तुम्ही तुमचे बोलणे चालू ठेवा. बुद्ध म्हणाला, 'मी काही बोलणार नाही, कारण ज्या माणसाशी मी बोलतोय तो माणूस बेशुद्ध आहे. त्यामुळे यापुढे तुझा अंगठा हलवण्यासाठी तरी तू शुद्धीवर ये.'

आपली जागरूकता दोन प्रकारची असते. आपण स्वतः त्याचा प्रयोग केल्यावर असे लक्षात येते की, त्याचे एक टोक बाहेरच्या व दुसरे टोक आतील दिशेने आलेले दिसते. तेव्हा 'ध्यानाचा' पहिला अर्थ असा आहे की, आपण आपले शरीर आणि

आत्मा याबाबत जागरूकता निर्माण करणे आणि ही जागरूकता जशी वाढेल तसे मृत्यूचे भयही कमी होईल.

जे वैद्यकशास्त्र मनुष्याला मृत्यूच्या भयापासून मुक्त करू शकत नाही, ते शास्त्र 'मनुष्य' नावाच्या रोगालाही स्वास्थ मिळवून देऊ शकत नाही. वैद्यकशास्त्र आयुष्य वाढवण्याचे प्रयत्न करते, पण आयुर्मान वाढल्याने मृत्यूची प्रतीक्षा अधिक वाढते, एवढेच! बाकी फरक काहीच पडत नाही. आयुष्य वाढल्याने मृत्यू मात्र अजूनच कष्टदायी वाटायला लागतो.

ज्या देशांमध्ये वैद्यकशास्त्राने प्रयत्न करून ज्यांचे आयुष्यमान वाढवले त्या ठिकाणी एक नवीन चळवळ सुरू झाली आहे. ती चळवळ आहे वयोवृद्ध लोकांची! इच्छामरण हे त्यांचे मागणे आहे. ते म्हणतात घटनेमध्येच असा उल्लेख असायला हवा की, आम्हाला मरणाचा अधिकार आहे. कारण तुम्ही आम्हाला अडकवून ठेवत आहात. तुम्ही आम्हाला बांधून ठेवता हे ठीक आहे, पण आमचे जगणे आता कठीण झाले आहे. प्राणवायूचा पुरवठा करून एखाद्याला जिवंत ठेवले जाते, पण त्याचे जगणे मरण्यापेक्षा कितीतरी भयंकर असते. युरोप, अमेरिका या ठिकाणी हॉस्पिटल्समध्ये कितीतरी रुग्ण उलट्या-सुलट्या अवस्थेत खितपत पडलेले आहेत. त्यांना मरणाचा अधिकार नाही. ते मरण मागताहेत. मला असे वाटते की, या शतकाच्या सगळ्या विकसित राष्ट्रांमधील घटनेत, जगण्याचा जन्मसिद्ध अधिकार असण्याबरोबर इच्छामरणाचा अधिकार असायला हवा. याचाही उल्लेख केलेला असेल. वैद्यकशास्त्राला कोणत्याही माणसाच्या मनाविरुद्ध जिवंत ठेवण्याचा अधिकार असूच शकत नाही. त्याच्या इच्छेविरुद्ध त्याला मरण्याचा अधिकार वैद्यकशास्त्राला आत्तापर्यंत नव्हता, परंतु त्याला जिवंत ठेवण्यासाठी काही उपायही नव्हता, पण आता आहे.

माणसाचे आयुष्यमान वाढवल्याने त्याची मृत्यूची भीती कमी होणार नाही. माणसाला स्वास्थ्य मिळवून दिल्याने तो अधिक सुखी होणार आहे, पण त्याचे भय कमी होणार नाही. जेव्हा त्याला समजून येईल की, आपल्या आंतरिक पातळीवर असे काही आहे की जे नेहमी अमर आहे आणि ही अवस्था त्याला भयमुक्त करेल. 'ध्यान' हे त्या अमरत्वाची जाणीव आहे. जे आंतरिक अस्तित्व आहे ते कधीच संपणार नाही, आणि जे भौतिक आहे ते संपेलच! त्यामुळे जे वास्तव आहे त्यावर उपचार करा. ते जितके दिवस जगेल तेवढे सुखाने जगण्यासाठी प्रयत्न करा आणि जो आंतरिक आत्मा आहे त्याचे स्मरण करा. मृत्यू जरी दारात उभा राहिलेला दिसला तरी त्याचे भय वाटणार नाही आणि ही आंतरिक जाणीव या भयापासून दूर ठेवणारी आहे.

मनामध्ये ध्यान आणि बाहेर वैद्य! औषधीशास्त्र आणि ध्यानधारणा हे एकाच शास्त्राची दोन टोके मी मानतो. पण त्यांच्यामधील काही साखळ्या अजून जोडलेल्या नाहीत. पण हळूहळू त्या जवळ येऊ लागलेल्या आहेत. अमेरिकेमधील सगळ्या

हॉस्पिटल्समध्ये संमोहन-शास्त्र विभाग असण्याची गरज निर्माण झाली आहे. पण 'संमोहित' करणे म्हणजे ध्यान नव्हे! फक्त शरीराच्या पातळीवर उपचार करणे हा पर्याय नसून मनाच्या पातळीवरही काही करायला हवे ही जाणीव होणेही स्वागतार्ह आहे. हॉस्पिटलमध्ये जर संमोहन-शास्त्र आले तर उद्या मंदिराची स्थापना होण्यासही वेळ लागणार नाही. त्याला थोडासा वेळ लागेल, पण त्यानंतर प्रत्येक हॉस्पिटलमध्ये 'योगी' ही असेल आणि तसे व्हायलाही पाहिजे कारण या सर्वांच्या असण्यामुळे आपल्याला रोग्यावर सर्व तऱ्हेचे उपचार योग्य पद्धतीने करता येतील. शरीराची काळजी वैद्य घेईल. मनाची काळजी मानसोपचारतज्ज्ञ घेईल आणि 'आत्म्या'ची काळजी योगी करेल. ज्या दिवशी हॉस्पिटल अशा संपूर्ण व्यक्तिमत्त्वांनी सुसज्ज असेल आणि मनुष्य हे एक पूर्ण स्वरूप आहे हे स्वीकारून त्याची तपासणी करेल, तो दिवस मनुष्याच्या आयुष्यातील सर्वांत 'मंगलदायी' क्षण असेल. असा क्षण लवकरात लवकर येऊ देत, अशी मी प्रार्थना करतो.

ध्यान - एक शास्त्रीय दृष्टिकोन

    मी असे ऐकले की, एक नाव पाण्यात उलटली होती. त्या नावेतील एक व्यक्ती वाचली आणि ती एका निर्जन बेटावर जाऊन पोहचली. दिवस, दोन दिवस, चार दिवस, आठवडा, दोन आठवडे ती व्यक्ती वाट बघत राहिली की, ज्या मोठ्या जगाची ती रहिवासी होती त्या जगामधून कुणीतरी तिला घेण्यासाठी येईल. परंतु महिने उलटले, वर्षेही उलटून गेली; पण कुणीही आपल्याला वाचवण्यासाठी येत नाही हे बघून त्या व्यक्तीने वाट बघणेही सोडून दिले.

    पाच वर्षांनंतर त्या बाजूने एक विमान चालले होते. त्या एकट्या निर्जन बेटावरील त्या हरवलेल्या व्यक्तीला घेण्यासाठी विमानातील लोक उतरले आणि त्या हरवलेल्या माणसाला बरोबर चलण्याविषयी सांगितले,तेव्हा तो विचारात पडला. विमानातील लोक त्याला म्हणाले की, तुम्ही विचार करत आहात! यायचे आहे की नाही? तो माणूस म्हणाला की, तुमच्या दुनियेच्या बातम्या सांगणारे एखादे वर्तमानपत्र तुमच्याजवळ आहे का? असले तर काही दिवसांपूर्वीची वर्तमानपत्रे मला

बघायची आहेत. वर्तमानपत्रे बघितल्यानंतर तो म्हणाला तुम्ही तुमचे जग सांभाळा आणि वर्तमानपत्रेही. मी येण्यास तयार नाही.

हे ऐकून ती माणसे चक्रावूनच गेली. त्यांचे हे चक्रावणे स्वाभाविकच होते आणि तो माणूस सांगू लागला की या पाच वर्षांत मी जी शांतता, मौन आणि जो आनंद अनुभवला, तो मी गेल्या पन्नास वर्षांत तुमच्या या मोठ्या जगात कधीच अनुभवला नाही. आणि माझे हे सौभाग्य परमेश्वराची कृपा म्हणूनच या वादळात माझी नाव उलटली आणि मी या बेटावर येऊन पोहचलो. समजा मी जर या बेटावर कधी आलो नसतो तर मला समजलेच नसते की, मी गेले पन्नास वर्षे कोणत्या वेडयांच्या जगात राहत होतो.

या मोठ्या वेड्यांच्या दुनियेतील आपण एक घटक आहोत. याच दुनियेत आपण जन्माला येतो, तेथेच मोठे होतो, तेथेच जगतो आणि म्हणूनच आपल्याला कधी समजतच नाही की, जसे जीवन आपण जगायला हवे ते आपल्या हातातून सुटून गेले आहे आणि ज्याला आपण सुख म्हणतो, ज्याला आपण शांती म्हणून संबोधतो त्याचा ना सुखाशी संबंध असतो ना शांतीशी काही संबंध आहे. आणि ज्याला आपण जीवन जगणे म्हणतो ते खरंतर मृत्यूपेक्षा सुखकर नक्कीच नाही. परंतु त्याची ओळख करून देणे अवघड आहे. चारी बाजूला कोलाहल आहे. चारी दिशेला शब्दांचा गलबला, आरडाओरडीचे त्रासदायक वातावरण आहे. या साऱ्या वातावरणात, अंतस्थ मौनाकडे आणि शांतीकडे घेऊन जाणारे मार्गच आपण विसरायला लागलो. या देशामध्ये आणि देशाच्या बाहेर काही लोकांनी आपल्या आतमध्ये अगदी खोलवर अशाच एका निर्जन बेटाचा शोध लावलेला आहे.

सगळ्या नावा डुबून जाण्याची शक्यता नाही, ना वादळ (तुफान) होण्याची शक्यता आहे आणि असे निर्जन बेट मिळण्याचीही शक्यता नाही की, ज्या ठिकाणी जगातील सारी माणसे शांतता आणि मौनाचा अनुभव घेऊ शकतील. परंतु प्रत्येक व्यक्ती आपल्या अंतरंगात (स्वतःमध्ये) एखाद्या निर्जन बेटाचा शोध घेऊ शकते.

आपल्या अंतरंगातील निर्जन बेटाचा शोध लावण्याचा मार्ग म्हणजे ध्यान आहे हेही समजून घेण्यासारखे आहे.

जगामध्ये साऱ्या धर्मांमध्ये मतभेद आहेत. फक्त एकाच विषयाबाबत फक्त मतभेद नाहीत आणि ती गोष्ट म्हणजे ध्यान! मुस्लीम काही वेगळाच विचार करतात, हिंदू काही वेगळाच तर ईसाई काही वेगळा, पारशी काही वेगळा आणि बौद्ध काही वेगळाच! या सगळ्यांचे विचार वेगवेगळे आहेत. पण या पृथ्वीवर एका गोष्टीबाबत मात्र अजिबात भिन्नता नाही आणि आनंदी जीवन जगण्याचा मार्ग 'ध्यान' हा एकच आहे आणि ईश्वरापर्यंत जर कोणी कधी पोहचले असेल, तर ध्यानाच्या शिडीव्यतिरिक्त इतर कोणच्याही शिडीने तो पोहचला नसेल. तो येशू असो, बुद्ध असो, मोहम्मद

असो वा महावीर असो. ज्यांनी अशा परमधन्य जगण्याचा अनुभव घेतला आहे त्यांनी स्वत: आपल्या आतमध्ये खोलवर शिरून या निर्जन बेटाचा शोध लावलेला आहे.

या ध्यानाच्या शास्त्राविषयी एक-दोन गोष्टी मी आपल्याला सांगू इच्छितो. पहिली गोष्टी ही की, साधारणपणे जेव्हा आपण बोलतो तेव्हा आपल्या मनात काय विचार चालले आहेत; हे आपल्याला समजते. ध्यानाचे शास्त्र या स्थितीला जेव्हा आपण बोलतो तेव्हा आपल्या मनात काय आहे, ते आपल्याला समजते. ही अत्यंत वरवरची अवस्था मानली जाते. समजा एखादा माणूस बोललाच नाही तर तो माणूस कोण आहे? काय आहे? याविषयी काहीच कळणार नाही. सॉक्रेटिस एकाला भेटले त्यावेळेस ते त्याला म्हणाले की, तू काही तरी बोललास तरच मी ओळखू शकेन की तू कोण आहेस? तू बोलला नाहीस तर ओळखणे मुश्कील आहे. म्हणूनच जनावरांना आपण वेगवेगळे ओळखू शकत नाही. कारण की ते बोलत नाहीत आणि न बोलणारे सारे चेहरे एकसारखेच दिसतात. शब्द जेव्हा बाहेर प्रकट होतात तेव्हा आपल्या आतमध्ये (मनात) काय आहे याचा उलगडा होतो.

ध्यानाचे शास्त्र असे सांगते की, मनाची ही सगळ्यात वरची अवस्था आहे. हा वरचा स्तर आहे. आपण बोललो नाही तरीही त्याआधी मनात विचार सुरू व्हायला लागतात. नाहीतर आपण बोलणार कसे? समजा मी 'ओम्' म्हटले, तर मी ते म्हणायच्या आधीच प्रथम माझ्या ओठांच्या पलीकडे आणि माझ्या हृदयाच्या कोणत्यातरी एका कोपऱ्यात ओमची निर्मिती झालेली असते.

ध्यान म्हणते की, व्यक्तीच्या अंतर्मनाचा तो दुसरा स्तर आहे. सर्वसाधारणपणे मनुष्य वरच्या स्तराच्या आधारावरच जगतो. त्याला दुसऱ्या स्तराची जाणीवही नसते. तो जे बोलतो त्या बोलण्याच्या पूर्वी विचारांचे एक विश्व असते याची त्याला ओळखही नसते. अरेरे, विचार करणाऱ्या या विश्वाची आपल्याला ओळख पटली, तर आपण खूप अस्वस्थ होऊन जाऊ. जेवढा विचार आपण करतो, त्यातील अगदी थोडासा भागच आपल्या बोलण्यातून व्यक्त होतो. ज्याप्रमाणे बर्फाचा तुकडा पाण्यात घातल्यानंतर त्यातील एक अंश भाग पाण्यावर तरंगतो व नऊ अंश भाग पाण्यामध्ये जातो. आपलेही नऊ अंश जगणे विचारांच्यामध्ये डुबलेले असते. त्यातील बाहेर दिसते ते फक्त एक अंश असते. त्यामुळे नेहमी असे घडते की, आपण रागावतो आणि नंतरच आपण म्हणतो हे कसे शक्य आहे! एक माणूस खून करतो आणि नंतर त्यावर पश्चात्ताप करतो. म्हणतो की मी कसा खून केला. तो म्हणतो की, माझ्याशिवाय, मी नसतानाही हे घडले आहे. हे करायचं असं कधी मी मनातही आणले नव्हते. हा खून अचानकपणे झाला नाही, याची त्याला जराशीही कल्पना नाही. ती प्रथम अंतर्मनात प्रकट होते. परंतु तुमचे हे अंतर्मन खूप खोल आहे, त्या खोलाचा (तळाचा) आणि आपला काही संबंधच राहिलेला नाही.

ध्यान म्हणते पहिल्या स्तराचे नाव वाचा (वैखरी) आहे. दुसरा स्तर मध्यमा आहे व त्याच्याही खाली एक स्तर आहे. ध्यानाच्या शास्त्रामध्ये त्याला 'पश्यन्ति' म्हणतात. ओठांच्या पलीकडे अगदी हृदयाच्या कोपऱ्यामध्ये शब्द तयार होतात. त्याच्याही आधी शब्दांची निर्मिती होत असते. परंतु सर्वसाधारणपणे या तिसऱ्या स्तराची आपल्याला काही माहितीच नसते. त्याच्याशी आपला काही संबंधच नसतो. दुसऱ्या स्तरामध्ये आपण कधी-कधी डोकावून तरी बघतो; पण तिसऱ्या स्तरापर्यंत आपण कधी पोहचतच नाही.

ध्यानाचे शास्त्र असे सांगते की, पहिला स्तर बोलण्याचा आहे, दुसरा स्तर विचार करण्याचा तर तिसरा स्तर प्रत्यक्ष अनुभूतीचा आहे. पश्यन्तीचा अर्थ आहे बघणे, जेथे प्रत्यक्ष शब्द बघायला मिळतात. मोहम्मद म्हणतात मी कुराण बघितले, ऐकले नाही. वेदातील ऋषी म्हणतात की, आम्ही ज्ञान बघितले, ऐकले नाही. मूसा म्हणतात की माझ्यासमोर 'टेन कमांडमेंटस' प्रत्यक्ष उभे राहिले. मी ते बघितले, ऐकले नाही. ही तिसऱ्या स्तराची गोष्ट झाली की जेथे विचार प्रत्यक्ष दृष्टीस पडतात, ऐकू येत नाहीत.

ध्यान म्हणते की, तिसरा स्तर हा मनाचा शेवटचा स्तर नाही. चौथा एक स्तर आहे ज्याला ध्यानाचे शास्त्र 'परा' म्हणते. जेथे विचार दृष्टीस पडत नाहीत, ऐकायलाही येत नाही आणि जेव्हा एखादी व्यक्ती बघण्याच्या आणि ऐकण्याच्या पलीकडे जाऊन पोहचते, तेव्हा त्या व्यक्तीला चौथ्या स्तराची ओळख पटलेली असते आणि या चौथ्या स्तराच्या पलीकडे जे विश्व आहे ते ध्यानाचे विश्व आहे. आपले चार स्तर आहेत. या चारही भिंतींच्या आतमध्ये आपला आत्मा आहे. आपण बाहेरच्या स्तराच्याही भिंतीच्या बाहेरचे जीवन जगतो. सारे आयुष्य शब्दांच्या बरोबरच जगतो आणि आपल्या हे लक्षातही येत नाही की, खजिना बाहेर नसून आत आहे. बाहेर फक्त रस्त्यावरची धूळ आहे.

आनंद बाहेर नाही. बाहेर आनंदाची एक लकेर ऐकायला मिळाली तरी खूप आहे. सगळे जीवन आतमध्ये - अंतर्मनात आहे. अगदी आतमध्ये, खोलवर काळोखात दबले गेले आहे. तेथपर्यंत पोहचण्याचा ध्यान हा एकमेव मार्ग आहे. या पाचव्या स्तरावर पोहचण्यासाठी अनेक मार्गांचा प्रयत्न या पृथ्वीतलावर केला जातो. आणि ज्या व्यक्ती जीवनाचे चार स्तर ओलांडूनसुद्धा पाचव्या स्तराच्या खोलीपर्यंत पोहचू शकत नाही. त्या व्यक्तीला जीवन जरूर मिळेल, परंतु खऱ्या अर्थी जगणे (जीवन) म्हणजे काय हे जाणून घेण्याचा प्रयत्न त्या व्यक्तीने केला नसेल. त्या व्यक्तीला खजिना सापडेल, पण त्या खजिन्याचा लाभ तो घेऊ शकणार नाही. रस्त्यावर भीक मागण्यात वेळ घालवावा लागेल. अशा व्यक्तीजवळ वीणाही होती, ज्यामधून तो संगीताचे सूर निर्माण करू शकत होता. पण त्याने त्या वीणेला कधी

स्पर्शही केला नाही. त्याच्या एकाही बोटाचा स्पर्श त्या वीणेला कधी झाली नाही. आपण ज्याला सुख म्हणून संबोधतो, ते धर्माच्या दृष्टीने सुख नसतेच. ते सुख मुळीच नसते. आपले सुख जवळ-जवळ असे आहे हे आपण समजून घेतो.

मला एक छोटीशी गोष्ट आठवते. एक माणूस आपल्या मित्राच्या जवळ बसला होता. खूप अस्वस्थ आणि बेचैन होता आणि जाणवत होते की तो आतमध्ये खूप कष्टी आहे, खूप दुःख उराशी घेऊन बसला आहे. शेवटी एका मित्राने त्याला विचारले खूप अस्वस्थ दिसतोस? कारण काय आहे? डोकं दुखतंय का? पोटात दुखतंय का? त्या माणसाने सांगितले की माझे डोके दुखत नाही, माझ्या पोटात दुखत नाही. माझे बूट खूप घट्ट असल्याने ते मला खूप चावतायत. त्या मित्राने सांगितले की, बूट काढून टाक आणि समजा इतके घट्ट बूट त्रासदायक होत असतील तर यापुढे थोडे सैल बूट विकत घे. त्या माणसाने सांगितले, नाही हे मला शक्य नाही. आधीच मी खूप अडचणीत आहे. माझी बायको आजारी आहे आणि मला न आवडणाऱ्या व्यक्तीशी माझ्या मुलीने लग्न केले आहे. मुलगा दारूड्या आहे आणि माझी परिस्थिती दिवाळं निघण्याच्याच बेतात आहे. मी तसाही दुःखी आहेचं.

ते मित्र म्हणाले की, तू अगदी वेडा आहेस. एक तर तू आधीच इतका दुःखी आहेस तर ते बूट तू बदलूनच टाक. त्या माणसाने सांगितले की, या बुटाच्यामुळे माझे एक तरी सुख शिल्लक राहिले आहे. ते ऐकून ते सारे मित्र आश्चर्यचकितच झाले नि हा काय प्रकार आहे म्हणून त्याला विचारू लागले. त्या माणसाने सांगितले की मी संकटात आहे. दिवसभर हे बूट मला चावत असतात आणि संध्याकाळी घरी परतल्यावर हे बूट जेव्हा मी पायामधून काढतो त्या वेळेस मला खूप बरे वाटते. खूप दिलासा मिळतो आणि बस एवढे एकच सुख माझ्या जवळ आहे. आणि बाकी दुःखच दुःख. आहे. हे बूट मी बदलू शकत नाही. ज्याला आपण सुख म्हणतो ते सुख घट्ट बुटाशिवाय अधिक असूच शकत नाही. दिलासा देणाऱ्या सुखापेक्षा दुसरे सुख अधिक काय असणार? ज्याला आपण सुख म्हणतो ते तणावातून सुटका झाल्यानंतर अल्पकाळ मिळणारे सुख असते. नकारात्मक आहे. निगेटिव्ह -Negative आहे.

एक माणूस थोड्या वेळासाठी दारू पितो आणि विचार करतो की मी सुखात आहे. एखादा माणूस सेक्सचा अनुभव थोड्या वेळापुरता घेतो आणि म्हणतो की, मी सुखी आहे. एखादा माणूस थोडया वेळापुरते संगीत ऐकतो आणि म्हणतो की, मी सुखात आहे. एक माणूस बसून गप्पा-टप्पा मारतो, हसून मजा लुटतो, हसून घेतो आणि सांगतो मी सुखात आहे. ही सारी सुखे संध्याकाळी, घट्ट बूट पायातून काढल्यानंतर मिळणाऱ्या सुखापेक्षा वेगळी नाहीत. या सगळ्यांचा सुखाशी काहीही संबंध नाही. सुख एक Possitive, विधायक स्थिती आहे. नकारात्मक नाही. सुख हे शिंकेसारखे नसते की, आपल्याला एक शिंक येते आणि नंतर दिलासा मिळतो.

कारण शिंक त्रास देत होती. सुख ही काही नकारात्मक गोष्ट नाही; पण मनावरचे एक ओझे हलके होते आणि त्यानंतर छान वाटायला लागते.

सुख एक हवाहवासा वाटणारा अनुभव आहे. परंतु ध्यानाशिवाय असा विधायक सुखाचा अनुभव कुणालाही येणार नाही. आणि जसा-जसा मनुष्य अधिक शिक्षित आणि सभ्य होऊ लागलेला आहे तसा-तसा तो ध्यानापासून दूर जाऊ लागला आहे. सारे शिक्षण, सभ्यता माणसाला एक-दुसऱ्याशी कसे संबंध ठेवायचे हे शिकवते. परंतु स्वतःशी कसे संबंध ठेवावे हे शिकवत नाही. आपण आपल्याशी संबंधित असावं याच्याशी समाजाला काही देणंघेणंही नसते. समाजाला असे वाटते की, आपले दुसऱ्याशी चांगले व्यवस्थित संबंध असावे, ते असले की झाले. तुम्ही शिताफीने काम करा की, मग सगळेच पूर्ण झाले.

समाज तुम्हाला एक काम करणारे, काहीतरी उत्पादन देणारे यापेक्षा अधिक काही समजत नाही. चांगला दुकानदार आहे, चांगला नोकर आहे, चांगला पती आहे, चांगली आई आहे, चांगली पत्नी आहे. बाकी सगळे संपले. तुमच्याशी समजाला काहीही देणेघेणे, नाही त्यामुळे समाजाकडून मिळणारे सारे शिक्षण हे उपयोगात येणारे आहे. (Utility) पूर्ण (उपयुक्ततेवर आधारित) आहे. समाज तुम्हाला असेच शिक्षण देतो, ज्यामधून काहीतरी निष्पन्न होईल. निखळ आनंदामधून काहीही उत्पन्न झाल्याचे कधीही बघायला मिळत नाही. आनंद काही Comodity उपयोगी वस्तू नाही की, जी बाजारात विकता येईल. आनंद काही अशी गोष्ट नाही की, ठेवीच्या स्वरूपात जमा करता येईल. आनंद काही अशी गोष्ट नाही जिचे मूल्य करता येईल, ज्याची समाजात किंमत होऊ शकेल. त्यामुळे समाजाला आनंद या कल्पनेशी काही घेणं नाही आणि अवघड हेच आहे की 'आनंद' अशी एक गोष्ट आहे जी व्यक्तीसाठी खूप मौल्यवान आहे. त्याहूनही मौल्यावान बाकी काहीही नाही. जसा-जसा माणूस सभ्य होऊ लागला आहे तसा तो अधिक utilitarian उपयुक्तवादी होऊ लागलेला आहे. त्याचे म्हणणे हे की, सगळ्या गोष्टींना उपयुक्त मूल्य असायला पाहिजे. माझ्याकडे लोक येतात, विचारतात की, ध्यान केल्यामुळे काय मिळणार आहे? त्यांना कदाचित असे वाटत असेल की, पैसे मिळतील, घर मिळेल, एखादे पद मिळेल. ध्यान केल्याने ना पद मिळेल, ना पैसे मिळतील, ना घर मिळेल. ध्यानामुळे उपयुक्त असे काहीही मिळणार नाही. परंतु जो माणूस फक्त उपयुक्त वस्तूंच्या शोधात फिरतो आहे तो माणूस मृत्यूच्या शोधात फिरत आहे, जीवनही काही उपयुक्त नाही.

जीवनामध्ये जे काही महत्त्वपूर्ण आहे. ते purposeless आहे, प्रयोजनमुक्त आहे. जीवनामध्ये जे काही महत्त्वपूर्ण आहे त्याची बाजारात काही किंमत नाही. प्रेमाची काही किंमत आहे बाजारात? काही किंमत नाही. ध्यानाची, ईश्वराचीही काही किंमत नाही. परंतु

ज्या आयुष्यात काही उपयोग नसणारे Non- utilitarian मार्ग नसतो त्या जगण्यातील चांदण्यांची चमचम हरवून जाते. त्या जगण्यातला आनंदच आपण हरवून बसतो. अशा जगण्यामधील फुलांचा सुगंध सुद्धा हरवतो. अशा जगण्यामधील पक्ष्यांचे गीतही हरवते. अशा जगण्यामधील खळखळ वाहणाऱ्या नदीचा प्रवाहही हरवतो. अशा जगण्यामध्ये काहीही उरत नाही. फक्त बाजार उरतो. अशा जीवनात तणाव आणि अस्वस्थता आणि चिंतेशिवाय काहीही शिल्लक राहत नाही.

जीवन ही चिंतांची शृंखला नाही; परंतु आपले जीवन हे चिंतेची शृंखला आहे. ध्यान आपल्या जीवनामधील त्या बाजूचा, त्या पैलूचा शोध आहे. त्याठिकाणी आपण काही प्रयोजनाशिवाय फक्त आपल्या अस्तित्वाने आनंदित होतो आणि जेव्हा आपल्या आयुष्यात काही सुखाचे किरण येतात, तेव्हा तो क्षण असतो आपण रिते होऊन, कामाशिवाय समुद्रकिनारी किंवा पर्वतराजीत किंवा आकाशातील चांदण्यांच्या खाली उगवत्या सूर्याच्या सहवासात, आकाशात उडणाऱ्या पक्ष्यांच्या मागे किंवा उमललेल्या फुलांच्या जवळ आपण जेव्हा काही काम नसताना, अगदी कामाशिवाय, अगदी व्यर्थ, बाजारामध्ये ज्याची काही किंमत होणार नाही असे काही क्षण असतात. तेव्हाच आपल्या जीवनात खऱ्या सुखाचे थोडेसे सूर उमटतात. परंतु हे अचानक, Accidental असतात.

ध्यान खऱ्या अर्थी अशाच किरणांचा शोध आहे. कधी होतं हे 'ट्यूनिंग' सम स्वरता विश्व आणि आपल्यामध्ये संगीताचे स्वर कधी-कधी बांधले जातात. जसा एखादा मुलगा सतारीच्या तारा छेडतो आणि त्यातून अचानकपणे एखादा राग निर्माण होतो. अगदी तसेच! ध्यान म्हणजे खऱ्या अर्थाने जीवनाचे द्वार मोठे करणे होय. जेथून आनंदाची किरणे खाली उतरण्यास सुरुवात होते. ज्या ठिकाणाहून आपण व्यवहारातून सुटून परमेश्वराशी जोडले जातो.

मी बघतो की, ध्यानापेक्षा अधिक काही किंमत नसणारी कोणतीच वस्तू नाही आणि ध्यानापेक्षा अधिक मौल्यवान कोणतीच गोष्ट नाही. आणि आश्चर्याची गोष्ट ही आहे की, ध्यान, प्रार्थना जे काही आहे ते इतके अवघड नक्कीच नाही की लोक जितके समजतात. अवघडपणा अपरिचयात ओळख नसण्याने आहे. न समजून घेतल्यामुळे अवघड आहे. बाकी काहीही नाही. जसे आपल्या घराच्या कुंपणावर काही फुले फुलली आहेत आणि आपण खिडकी उघडलीच नाही. जसे बाहेर सूर्य उगवला आहे; पण दारच बंद आहे. जसे डोळ्यांसमोर खजिना पडला आहे; पण आपण डोळे बंद करून बसलो आहोत अशा प्रकारची अडचण आहे. आपणच स्वतःच्या हातानी ओळख न करून घेतल्याने आपण काहीतरी हरवून बसलेले आहोत जे आपल्याला कोणत्याही क्षणी होऊ शकते. ध्यान ही प्रत्येक व्यक्तीची क्षमता आहे. केवळ क्षमताच नसून तो प्रत्येक व्यक्तीचा अधिकारही आहे. परमेश्वर

ज्या दिवशी मनुष्याला जन्माला घालतो ते ध्यानाची क्षमता देऊनच जन्माला घालतो.

लहान मुलांमध्ये, वृद्ध व्यक्तीमध्ये अधिक ध्यान असते म्हणूनच वृद्धांपेक्षा मुलांचे जीवन अधिक आनंदाने फुललेले असते. त्यामुळे मुलांच्या डोळ्यांमध्ये काही अलौकिक चमक बघायला मिळते. मुले बोलायला लागली की, अंतर्मनातून 'मौन'च बोलतंय असे वाटावे आणि वृद्ध माणसांचे बोलणे हे मौनापासून सुटका करणारे वाटावे.

दोन माणसे जवळ बसतात तेव्हा ती लगेच बोलायला सुरुवात करतात. कारण न जाणे मौन त्यांना घेरून टाकेल किंवा मौन मध्येच येऊन अवघड होऊन बसेल आणि पुन्हा ते मौन सोडणे अवघड जाईल. पती पत्नीशी थोडा वेळ बोलला नाही, तर धोका आहे. पत्नी बोलली नाही तरीही धोका आहे. शांतता/मौन थोडा वेळ आली तरी भय आहे कारण की, शांततेचा मध्येच भंग करणे खूप कठीण होऊन बसेल. ते (मौन) सोडवणे खूप अवघड आहे. म्हणूनच आपण सहसा ते येऊ देत नाही. आपण बोलून-बोलून मौनापासून स्वतःची सुटका करून घेतो. मुले जर बोलायला लागली तर मौन बोलते असे वाटते. वृद्ध बोलतात तेव्हा मौनापासून स्वतःला escape करतात, तो एक प्रकारचा पळपुटेपणा असतो, परंतु आपण मुलांना लवकर वृद्ध बनवण्याच्या प्रयत्नात असतो. जोपर्यंत ती मुलं असतात, तोपर्यंत ती आपल्या कामाच्या दुनियेतील घटक होत नाहीत. ईश्वराकडून आपल्याला जे काही मिळाले आहे ते लवकरात लवकर नष्ट करण्याच्या आणि आपल्या मार्गावर तत्परतेने आणण्याच्या प्रयत्नाला लागतो. आपल्याजवळ काय आहे हे माहीत होण्यापूर्वीच आपण त्या गोष्टीशी त्याला जवळ-जवळ अपरिचितच करून टाकतो आणि त्याला आपण ओळख करून देतो, ज्याची त्याला आयुष्यभर ओळख राहील. आणि आपल्या स्वतःजवळच्या संपत्तीशी तो कायम अनोळखी राहील.

ध्यान आपल्या मूळ स्वभावातच आहे. ते जन्माला येताना आपल्याबरोबर येतेच त्यामुळे नंतरसुद्धा ध्यानाची ओळख करून घेणे अवघड नाही. 'ध्यान' जे काही आहे ते आपले नाहीच. आपण ते फक्त विसरून गेलो आहोत. ज्याचे आपल्याला विस्मरण झाले आहे. त्याची आपण पुन्हा आठवण करू शकतो. पुन्हा स्मरण करणे म्हणजेच ध्यान 'एक आठवण' remembering आपल्याजवळ काही होतं आणि ते आपण विसरलेलो आहेत त्याची आपण पुन्हा आठवण करू शकतो. म्हणूनच ध्यान कठीण नाही. प्रत्येक व्यक्ती ध्यानामध्ये प्रवेश करू शकते.

ध्यानमंदिर हे स्थान असे असावे की जेथे कोणत्याही धर्माचा, कोणत्याही मार्गाचा आणि कोणत्याही पद्धतीने विचार करणारी व्यक्ती शास्त्रीय दृष्ट्या Scientific पद्धतीने ध्यानाशी परिचित होऊ शकेल आणि ध्यानामध्ये प्रवेश करू शकेल. इतकेच नाही तर तेथे ध्यान करणाच्या मार्गावर जे काही अडथळे येतात त्याच्याशीही ती व्यक्ती 'शास्त्रीय-दृष्ट्या' परिचित होऊ शकेल आणि 'शास्त्रीय-दृष्ट्या' ध्यानाशी

परिचित व्हा हे मी अगदी आग्रहाने सांगतो. कारण की मंदिराची अजिबात उणीव नाही, मशिदीचीही कमतरता नाही. गुरुद्वारेही खूप आहेत. परंतु गुरुद्वार, मंदिर आणि मशीद यांच्या भाषेमध्ये व आजच्या लोकांमध्ये कोणाचाही संबंध उरलेला नाही.

असे नाही की मंदिरात जे बोलले जाते ते चुकीचे बोलले जाते, आणि असेही नाही की मशिदीमध्ये जे सांगतात ते चुकीचे आहे. आणि असेही नाही की गुरुद्वारामध्ये जो संदेश देण्यासाठी बसलेला असतो तोही चुकीचा आहे. ते सगळे संदेश अगदी बरोबर आहेत; पण त्यांची भाषा अगदी जुनीपुराणी झाली आहे की, त्या भाषेशी आजच्या माणसाचा काही संबंधच उरलेला नाही. सत्य स्थितीत हा संबंध होऊ शकत नाही. कारण आजच्या माणसांच्या साऱ्या शिक्षणाची व्यवस्था शास्त्रीय आहे आणि मंदिर, मशीद व गुरुद्वार यांची विचार करण्याची पद्धत अशास्त्रीय आहे Pre-scientific आहे. त्याचा आजच्या माणसाशी कोणताही ताळमेळ राहिलेला नाही.

ध्यानकेंद्र किंवा ध्यान मंदिराबाबत माझे असे प्रयोजन आहे की शास्त्रीय दृष्ट्या शास्त्राच्या आधारे आधुनिक व्यक्तीला ध्यानाची ओळख फक्त बौद्धिक दृष्टीनेच केली न जाता ती प्रयोगाद्वारे, experimental (प्रायोगिक) पद्धतीने त्याला ध्यानामध्ये प्रवेश करू द्यायला हवे आणि बौद्धिकदृष्ट्या 'ध्याना'शी ओळख करून घेणे खूप कठीण आहे. प्रयोगाद्वारे ते जाणून, समजून घेणे अगदी सोपे आणि सरळ आहे.

काही गोष्टी अशा असतात की, त्या प्रत्यक्ष केल्यावरच आपल्याला समजतात, ज्या नुसत्या माहिती असताना आपण करू शकत नाही. ध्यान मंदिर ही अशी एक शास्त्रशुद्ध व्यवस्था आहे की ज्यामध्ये प्रत्येक व्यक्ती आजची आधुनिक भाषा म्हणजे प्रतिकांच्या भाषेद्वारे ध्यान समजून घेऊ शकेल आणि ध्यानाशीही परिचित होऊन जाईल.

यामध्ये दोन-तीन गोष्टी विचारात घेण्यासारख्या आहेत. बऱ्याच वेळेला खूप छोट्या गोष्टी आपल्या लक्षातही राहत नाहीत. डॉ. पर्ल्स नावाचे एक अमेरिकन मानसशास्त्रज्ञ आहेत. त्यांनी आयुष्यावर एका छोट्याशा गोष्टीवर प्रयोग केला. एक अगदी छोटीशी गोष्ट जिचा आपण कधी विचारही करू शकत नाही. त्यांचे म्हणणे असे आहे की, जो माणूस जेवण नीट चावून करत नाही त्या माणसाच्या आयुष्यात जास्त हिंसा असेल. जो माणूस आयुष्यात चावून जेवण करीत असेल तो कमी हिंसक असेल.

खूप विचित्र गोष्ट वाटते ही! चावून खाणे आणि हिंसा यांचा काय संबंध असू शकेल? परंतु डॉ. पर्ल्स यांच्या तीस वर्षांच्या संशोधनातून असा शोध लागला आहे की, सगळे प्राणी हिंसा करतात. जेव्हा ते हिंसा करतात तेव्हा ते दाताने ती करतात. माणसाचा हिंसकपणाही दातांमध्ये केंद्रित असतो. परंतु माणसाने जी भोजन पद्धती विकसित केली आहे, त्यामध्ये एवढी हिंसा निर्माण होत नाही. त्यामुळे त्याच्या दातामधील हिंसकपणा साऱ्या शरीरभर पसरला आहे.

डॉ. पर्ल्स यांनी अनेक वर्षे जे हिंसक होते, जे वेडे होते की जे हिंसा केल्याशिवाय राहूच शकत नव्हते अशांवरती जेवण नीट चावून खाण्याचा प्रयोग केला आणि त्यानंतर तीन महिन्याच्या प्रयोगानंतर असे लक्षात आले की, जो माणूस काही तोडण्या-फोडण्या शिवाय राहूच शकत नव्हता, अशा माणसाची हिंसक प्रवृत्ती नष्ट झालेली आहे.

डॉ. पर्ल्स यांनी पुन्हा दात, हिंसा आणि मनुष्याचे व्यक्तिमत्त्व यावर शास्त्रीयदुष्ट्या संशोधन केले आणि त्यांची ही गोष्ट पुन्हा एकदा सिद्ध झाली. तुम्ही प्रयोग करून बघितल्यावर तुमच्या हे लक्षात येईल. एक पंधरा दिवस जेवण अगदी चावून करा जोपर्यंत ते पातळ होत नाही, बारीक होत नाही तोपर्यंत आतमध्ये गिळू नका आणि चोवीस तास त्याचे निरीक्षण करा. तुमच्या लक्षात येईल की, तुमच्या हिंसक वृत्तीमध्ये दररोज फरक पडतो आहे की नाही. तुम्ही एकवीस दिवसाच्या प्रयोगानंतर थक्क व्हाल की, तुमच्या रागीटपणामध्ये फरक पडलेला दिसेल. रागीटपणासाठी काहीही करावे लागले नाही. दुसरीकडेच काहीतरी करावे लागेल आणि समजा तुम्ही रागीटपणासाठी काही कराल, तर काहीही फरक पडणार नाही. एका बाजूने राग दबला जाईल, तर दुसऱ्या बाजूने तो बाहेर येईल.

तुम्हाला कधी प्रकर्षाने राग आला, तर एक प्रयोग करा. आपल्या टेबलाच्या खाली दोन हात एकमेकामध्ये घट्ट बांधून नखांची बाजू आतमध्ये जोरात दाबून घ्या. तीन वेळा मुठी जोरात आतमध्ये खेचा आणि उघडा आणि राग येतो का बघा. तीन वेळा मुठी उघडून व बंद करून तुम्ही इतके हैराण झालेले असता की, रागवायची शक्तीच उरत नाही. प्रत्यक्षात नखे व दात ही हिंसकतेची ठिकाणं आहेत. सगळे प्राणी नखांनी व दातांनी हिंसा करतात. माणसाचे दात कमजोर होते, नखे कमजोर होती म्हणूनच त्याने हत्यारे बनवली. ज्यांचा त्याने दात आणि नखे समजून वापर केला. समजा तुम्ही माणसाने बनवलेली, सारी हत्यारे बघितली तर ती दाताची किंवा नखांची विस्तृत रूपे आहेत.

ध्यानकेंद्रामध्ये मी अशाप्रकारची सारी शास्त्रीय बैठक असणारी व्यवस्था करणार आहे की, जेथे तुमची हिंसा, तुमचा राग, तुमची चिंता, तुमचे तणाव, तुमचा निद्रानाश, तुमच्या मनाला होणारे सगळे विकार का निर्माण होतात, कसे निर्माण होतात हे तुम्हाला समजू शकेल. ते निर्माण कसे होतात हेही सांगतील आणि ते दूर कसे होतात तेही तुम्हाला तुमच्यापासून दूर करूनच सांगितले जातील.

हा ध्यानाचा नको असलेला (नकारात्मक) भाग असेल जो तुमच्यामध्ये अनावश्यक, निरुपयोगी असलेला कचरा साठलेला असेल तो बाजूला कसा केला जाईल आणि परत हवे असलेले जे चार सोपान मी सांगितले वैखरी, मध्यमा, पश्यन्ति, परा त्या चार सोपानांच्या आतमध्ये तुम्हाला कसे उतरवता येईल, तुम्ही

इतक्या आतमध्ये कसे उतरणार, याची सोयही तेथे असेल. एकदा बाहेरचा कचरा फेकला गेला की आतमध्ये उतरणे एकदम सरळ सोपे काम आहे. हे काही अवघड काम नाही. किंबहुना आपण या आयुष्यात वायफळ गोष्टी शिकण्यामध्ये जेवढा वेळ वाया घालवतो त्यापेक्षाही कमी वेळामध्ये ध्यानामध्ये आपली प्रगती सुरू होते.

एखादा माणूस नरकात जाण्यासाठी जेवढे कष्ट घेतो, त्यापेक्षा खूप कमी कष्टामध्ये तो स्वर्ग मिळवू शकतो. आपण रागवण्यामध्ये जेवढे श्रम खर्च करतो त्यापेक्षा खूप कमी श्रमामध्ये ध्यान करता येऊ शकते. दुसऱ्याशी भांडण करण्यामध्ये आपण जेवढे कष्ट करतो, तेवढेच कष्ट आपण स्वतःला बदलवण्यासाठी केले तर आपण कधीच आपल्या अंतर्मनात परमेश्वराची प्रतिमा शोधण्यामध्ये सफल झालो असतो. आपण बाहेरच्या रस्त्यांवर जेवढे धावत असतो त्याच्या अगदी १/४ भाग जरी आपल्या अंतर्मनाच्या रस्त्यावर आलो तरी समजा की, आपण स्वतःजवळ पोहचलो आणि जो माणूस आपल्या स्वतःजवळ कधीच पोहचू शकत नाही तो बाहेर कितीही धावत राहिला तरी तो कधीच पोहचणार नाही. जो स्वतःपर्यंत पोहचू शकत नाही, तो बाहेर कोठेही पोहचू शकत नाही आणि ज्याला आपल्या अंतर्मनात शांतीचे कुठलेही संगीत मिळाले नाही, तो बाहेरच्या जगातील कानाकोपऱ्यात कुठेही फिरला तरी त्याला नरकाशिवाय काहीही मिळणार नाही. आपण आपले दुःख (नरक) आणि आपले सुख (स्वर्ग) बरोबर घेऊनच हिंडत असतो.

या ध्यानमंदिराला एक शास्त्रीय आधार द्यायचा आहे. जराही सांप्रदायिक नाही, कोणत्याही धर्माने न बांधलेला आणि सगळ्या धर्मांना मुक्त प्रवेश असलेले बनवायचे आहे आणि प्रत्येक धर्माने ध्यानासाठी जे काही वेगवेगळे प्रयोग शोधून काढलेले आहेत, त्यांचे काय शास्त्र आहे, याचे प्रयोग या केंद्रात करण्याचाही विचार आहे.

साऱ्या जगामध्ये ध्यानाचे काही ११२ प्रकार आहेत आणि प्रत्येक प्रकार विलक्षण आहे. या एकशेबारा प्रकारांच्या माध्यमातून मनुष्य ईश्वरापर्यंत पोहचू शकतो. त्यामध्ये परस्परांशी विरोध असणारेही प्रकार आहेत. त्यामुळे एका प्रकाराला मानणारा दुसऱ्या प्रकाराला अजिबात मानत नाही. परंतु ते एकशेबाराही प्रकार साऱ्या व्यक्तींना ध्यान, शांती, आनंद आणि सत्य यापर्यंत घेऊन जाणारा मार्ग बनतो.

या ध्यानमंदिरात, सगळे म्हणजे ११२ प्रकार करण्याचा विचार आहे. आणि या पृथ्वीवर प्रथमच अशा प्रकारचे प्रयोग होतील. जेथे पृथ्वीवर प्रचलित माहीत असलेल्या ध्यानाच्या सर्व क्रिया एकाच वेळेस बरोबर एकाच ठिकाणी उपलब्ध करून दिल्या जातील, तेथे एकाही व्यक्तीला आपण हरवून बसणार नाही. ती कोणत्याही मार्गाने ईश्वरापर्यंत पोहचू शकते. त्याच मार्गाबद्दल तिला सल्ला दिला जाईल.

ध्यानामध्ये हरतऱ्हेचे प्रकार आहेत. त्यांची तुम्ही कधी नावेही ऐकली नसतील. त्यातील एक दोन प्रकार मी तुम्हांला सांगू इच्छितो. तिबेटमध्ये एक खूप छोटासा

प्रकार आहे. Balancing, 'समतोलत्व' हे त्या प्रकाराचे नाव आहे. सकाळी अंघोळ करून घरामध्ये उभे राहा. दोन्ही पाय पसरून उभे राहा आणि विचार करा की डाव्या पायावर अधिक जोर पडतो आहे की, उजव्या पायावर अधिक जोर पडतो आहे. समजा उजव्या पायावर अधिक जोर पडत असेल, तर हलकेच त्याचा जोर डाव्या पायावर द्या. दोन क्षण डाव्या पायावर भार ठेवा आणि परत उजव्या पायावर जोर टाका. एक पंधरा दिवस फक्त शरीराचा भार उजव्या पायावर आहे की, डाव्या पायावर आहे ते त्यानुसार बदलत राहा आणि पुढे जाऊन हा तिबेटी प्रकार सांगतो की, तुम्ही असा प्रयोग करा की दोन्ही पायावर भार न ठेवता तुम्ही दोन्हा पायांच्या मध्ये राहा आणि हा फक्त तीन आठवड्यांचा प्रयोग आणि आपण जेव्हा अगदी मधोमध असाल- उजव्या पायावर भार नसेल ना डाव्या पायावर भार असेल- तेव्हा आपण अगदी मधोमध असू, तेव्हा तुम्ही ध्यानामध्ये प्रवेश केलेला असेल. बरोबर त्याच क्षणाला तुम्ही ध्यानाच्या स्थितीत गेलेला असाल.

वर-वर बघता वाटेल की, किती सोपी गोष्ट आहे. केल्यानंतर ती सोपी आहे हेही कळेल आणि अवघड आहे हेही समजेल. खूप सरळ आहे असे दोन ओळीत सहज सांगता येते. परंतु लाखो लोक या छोट्याशा प्रयोगाच्या माध्यमातून आनंदाचा अनुभव घेतात. जसे तुम्ही समतोल साधून उभे राहता, तुम्ही ना उजव्या पायावर ना डाव्या पायावर उभे राहता, दोन्हींच्या मध्येच राहता, जसे तुम्हाला समजते की, हे Balancing, समतोलत्व, तुमच्या सदसद्विवेक बुद्धीचा, तुमच्या चेतनेचेही होऊन गेले आहे. तुमची चेतनाही Balanced झाली, चेतनाही संतुलित झाली आणि तेव्हा ती तत्काळ एखाद्या तीरासारखी तुमच्या अंतर्मनात जाऊन घुसते.

अशाच प्रकारच्या ध्यानाच्या ११२ अवस्था संपूर्ण जगात आहेत. या सगळ्या ११२ अवस्था शास्त्राच्या आधारे विस्तृतपणे या ध्यान केंद्रात देण्याची माझी इच्छा आहे आणि तुम्हाला हे प्रकार नुसते समजून सांगितले जाणार नाही तर तुमच्याकडून करूनही घेतले जातील. समजा एक प्रकार तुम्ही करू शकला नाहीत तर दुसऱ्या प्रकाराद्वारे ते करून घेतले जाईल. परंतु या ध्यान मंदिरातून तुम्हाला निराश होऊन परत पाठवले जाणार नाही. कारण की ११२ अवस्था आहेत, त्यापेक्षा अधिक नक्कीच नाहीत. एक अवस्था जमली नाही तर दुसरी आहे. दुसरी नाही, तर तिसरी आहे. आणि तुम्हाला कोणती अवस्था लागू होते, कोणती अवस्था तुमच्यावर परिणाम करते याचा तत्काळ शोध घेतला जातो. तुम्हाला कोणती अवस्था सुखकर आहे हे शोधण्याचेही एक Science आहे ते शोधण्याचे एक शास्त्र आहे.

समजा आपण या देशातील मोठ्या शहरामध्ये आणि देशाच्या बाहेरही अशा प्रकारची ध्यानाची शास्त्रीय मंदिरे निर्माण करू शकलो, तर मनुष्य जातीसाठी, जो आज अधिकाधिक दुःख आणि त्रास यामधून जात आहे आणि ज्याला कोणताही मार्ग दिसत

नाही अशांसाठी आपण एक आनंददायी मार्ग देण्यामध्ये यशस्वी होऊ. या व्यतिरिक्त ज्याचा-ज्याचा म्हणून आपण विचार केला होता ते यामुळे व्यवस्थित होईल. आज निम्म्या जगातील लोकांजवळ जेवणाची ठीक व्यवस्था आहे; पण त्याने काहीही प्रश्न सुटलेले नाहीत. असा विचार केला होता की, लोकांच्या जवळ कपडे असतील, घरे असतील, चांगले रस्ते असतील, औषधे असतील, औषधोपचार असतील, रोग कमी असतील त्यामुळे आपण शांत व आनंदित होऊन जाऊ. आज निम्म्या जगाजवळ सगळे काही आहे. परंतु शांती आणि आनंद कुठेही बघायला मिळत नाही.

एक मोठी अद्भुत घटना घडली आहे की, ज्यांच्याजवळ सगळे आहे तेच सर्वांत अशांत, अस्वस्थ आणि दु:खी बनलेले आहेत. गरीब देश एका अर्थी भाग्यशाली आहेत. कारण की त्यांची आशा अजून जिवंत आहे. त्यांना वाटते की समाजवाद येईल, संपत्ती वाढेल. संपत्ती वाटली जाईल तर सगळे ठीक होईल. ज्या देशांची ही आशाही नष्ट झालेली आहे, जेथे हे सगळे ठीक झाले आहे, ते आता खोल नैराश्यामध्ये सापडले आहेत. इतकी hopeless स्थिती, इतकी आशाहीनता माणसाच्या आयुष्यात कधीच निर्माण झाली नव्हती.

आज अमेरिका जेवढी आशाहीन आहे, तेवढे पृथ्वीवर कुणीच नाही आणि आज अमेरिका मनुष्याच्या इतिहासात सर्वांत जास्त श्रीमंत, सर्वाधिक सुखी आहे. आपल्या अर्थाने आज अमेरिकेजवळ सर्व काही आहे आणि तरी सुद्धा असे वाटते की, जसे काही त्यांच्याजवळ काहीच नाही. अशा आशाहीनतेचे एकच कारण आहे. आपण असा विचार केला होता की, या गोष्टींनी जीवनात आनंद मिळेल, पण ते सारे भ्रामक ठरले. सारा भ्रमनिरास झाला आणि आता परत आपल्याला मागे जाऊन बुद्ध, कृष्ण, येशू, मोहम्मद यांचे विचार ऐकायला हवेत. कारण त्यांनी खूप-खूप वेळा, खूप पूर्वीच हे सांगितले होते की, मनुष्याला सारे काही मिळेल परंतु तो स्वतःला ओळखू शकला नाही, तर त्याला काहीच मिळणार नाही. परंतु आपल्याला त्यांच्या या गोष्टी कधी लक्षातच आल्या नाहीत. या गोष्टी लक्षात येणार नाहीत, कारण या गोष्टी खूप कल्पनारम्य वाटतात. खूप Utopian आहेत असेच वाटते आणि जे लोक सांगत होते की पैसा मिळेल, घर मिळेल त्यांचे हे म्हणणे Practical आणि व्यवहारी वाटत होते. ते कल्पनारम्य आहेत हेच आता सिद्ध झाले असून जे लोक Utopian होते ते आज पृथ्वीवर सगळ्यात अधिक व्यवहारी म्हणून सिद्ध होण्याच्या मार्गावर आहेत.

परंतु धर्माला आपण जुन्या मार्गाने पुन्हा आणू शकत नाही. आता धर्म नव्या मार्गानेच प्रवेश करेल. त्यांचे नवीन रस्ते शास्त्रोक्त व तांत्रिक असतील. जसा एखादा माणूस हिमालयात जात होता. आज पण आपण असाच विचार करतो की, मनुष्य हिमालयात गेला तरच ध्यान करू शकतो. आपण कधीही याचा विचार केला नाही

की मनुष्य हिमालयात का जात होता? वातावरणातील दाहकता जेवढी कमी होईल तितके अंतर्मनात शिरणे सहज सोपे होते. पण किती लोक हिमालयात जाऊ शकतात? परंतु आता मुंबईमध्येही वातानुकूलित, मेडिटेशन हॉल, वातानुकूलिन ध्यान मंदिर होऊ शकते. आता हिमालयात जाण्याची काहीही गरज नही. कारण हिमालयामध्ये जो गारवा, शीतलता मिळते ती आता मुंबईमध्येही उपलब्ध होऊ शकते. आता हिमालयामध्ये जाणे ही व्यर्थ दमवणूक आहे. मुंबईमध्येही अगदी भर बाजारातही तितकाच थंडावा मिळू शकतो. की जेवढा एका योगीला हिमालयाच्या शिखरावर अनुभवायला मिळेल. त्याच्या आजूबाजूलाही बर्फ पसरवला जाऊ शकतो. समजा बर्फ पसरण्याने त्याला काही फायदा होणार असेल तर बर्फ पसरवता येईल. समजा उंचावर जाण्याने काही फायदा होणार असेल, तर जमिनीच्या Gravitationचा गुरुत्वाकर्षण कमी असण्याचा काही फायदा होणार असेल तर मुंबईमध्येही Gravitation कमी करता येऊ शकते. समजा शांत वातावरणाचा फायदा होणार असेल तर मुंबईमध्येही आवाज बाहेर न जाण्याची व्यवस्था करता येऊ शकते आणि पुष्कळशा लोकांसाठी हिमालयाच्या शिखरावर पोहचणेही शक्य नाही आणि समजा जास्त लोक हिमालयावर गेले, तर तेथील बर्फही वितळून जाईल. खूप लोक तेथे पोहचू शकत नाहीत म्हणूनच तो अधिक उपयोगी वाटतो. जास्त संख्येने लोक तेथे गेले, तर तेथेही इतकीच दाहकता वाढेल, एवढाच उकाडा तेथे व्हायला लागेल. एव्हरेस्टवर पोहचण्यासाठी जेव्हा सरळ रस्ता तयार केला जाईल, त्या वेळेस तेथे वसाहतीही स्थापन व्हायला लागतील.

भविष्यकाळामध्ये मनुष्य जेथे असेल तेथे तो साऱ्या तंत्रज्ञानाचा आणि शास्त्राचा उपयोग करेल. आणि तेथे तो सारी व्यवस्था करू शकेल की, जी एका योगीला खूप कष्ट करून व्यवस्था करावी लागते. हे शास्त्रामुळे शक्य झाले आहे. एखाद्या सामान्य माणसासाठी सुद्धा हे सगळे सहज सोपे होऊ शकते.

म्हणूनच विज्ञानाचा उपयोग करून तंत्रज्ञानाचा पूर्ण वापर करून या ध्यान मंदिराची उभारणी करायची आहे. 'ध्यानाचे मंदिर' मंदिर फक्त अशा अर्थी की तेथे ध्यानाचे, ईश्वराचे द्वार असेल नाहीतर ती एक शास्त्रीय प्रयोगशाळाच असेल. या शास्त्रीय प्रयोगशाळेत मनुष्याने मनुष्याच्या संदर्भात जे जे काही शोध लावलेले आहेत, त्याचा इथे सर्वार्थाने उपयोग केला जाईल.

एखादा माणूस ध्यान करायला येतो. परंतु त्याचे Blood pressure रक्तदाब वाढलेला आहे. या माणसाला ध्यानामध्ये घेऊन जाणे सोपे नाही. त्या ध्यानात घेऊन जाणे अवघड काम आहे. त्याचा जो वाढलेला रक्तदाब आहे तो त्याच्या ध्यानामध्ये अडथळा आणेल. पूर्वीच्या लोकांजवळ रक्तदाब मोजण्याचे काही साधनच नव्हते. परंतु आजच्या या ध्यान मंदिरात रक्तदाब मोजण्याचे साधन असणार आहे. रक्तदाब

कमी करण्याचेही प्रयत्न केले जाऊ शकतात. आणि मग ध्यानाच्या अवस्थेत घेऊन जाण्याची व्यवस्था तयार केली जाऊ शकते. एकदा का मनुष्य ध्यानाच्या अवस्थेत पोहचला तर त्याचा रक्तदाब वाढणे कठीण आहे. पण अति रक्तदाबाच्या माणसाला ध्यानाच्या अवस्थेत प्रवेश करणे अवघड आहे.

जगातल्या साऱ्या योग्यांनी कमी आहार घेण्यावर भर दिला आहे. कमी खाण्यावर भर दिलेला आहे. उपास करण्यावर, कमी आहारावर, कमी जेवणावर, सम्यक आहारावर जगातील साऱ्या योग्यांनी भर दिला आहे. तरी त्यांच्याजवळ कमी आहार म्हणजे काय हे समजावून घेण्यासाठी अंदाजाव्यतिरिक्त कोणतीही साधने उपलब्ध नव्हती. नाही त्यांना उष्मांकाबद्दल माहिती होती. त्यामुळे बऱ्याच वेळा असे झाले की, कमी आहारावर भर दिला गेला व त्यामुळे त्यांचा तोटाच झाला. आज आपल्याजवळ भरपूर शास्त्रोक्त पद्धतीची माहिती आहे त्यामुळे आपण हे जाणून घेऊ शकतो की, मनुष्याला किती उष्मांकाची गरज आहे आणि आपण हेही ठरवू शकतो की, त्याचे किती उष्मांक कमी झाले, तर त्याला ध्यान करणे सोपे जाईल आणि किती उष्मांक जास्त झाले तर त्याला अवघड जाईल.

समजा अधिक जेवण केले, तर ध्यानाच्या अवस्थेत शिरण्यास अवघड जाईल. कारण जास्त जेवणाने झोप येते. त्याचे पचन होण्यासाठी तेवढी झोपही पाहिजे. कमी जेवण कमी झोपेची अपेक्षा करते आणि अंतर्मनात जेवढी झोप कमी उत्पन्न होते तेवढीच ध्यानाची ऊर्मी अधिक निर्माण होते. ध्यान तर जागे राहणे आहे. एखादा माणूस ध्यान करण्यासाठी तयार आहे आणि तो जर जास्त जेवण करून बसला, तर मग खूप अवघड होऊन बसते. परंतु जास्त जेवण याचा अर्थ असा नाही की, जास्तीत जास्त गोष्टी पोटात घालणे. कारण की असे होऊ शकते की, एका माणसाने भरपूर कालवण व भाजी खाल्ली असेल. पोटात जेवण तर खूप संतुलित प्रमाणात गेले तरीही पोट खूप भरून गेले आणि एखाद्या माणसाने थोडीशी मिठाई खाल्ली आणि पोट कमी भरले. परंतु जेवण मात्र जास्त झाले आणि सर्वसाधारपणे साधू-संन्यासी मिठाई खात राहिले, दूध पीत राहिले, रबडी घेत राहिले, पण हे पोटाला जड होईल याचा त्यांनी कधी विचारच केला नाही. परंतु त्याच्यावर काही उपाय नव्हता. त्या वेळेस उष्मांक म्हणजे काय याचा काही पत्ताच नव्हता. आज आपल्याजवळ सारे उपाय आहेत.

एखादा माणूस किती झोपतो यावर त्याची ध्यानामधील गती कशी आहे हे अवलंबून असते. दोन्ही गोष्टी संबधित आहेत. समजा ध्यान व्यवस्थित झाले, तर झोप व्यवस्थित होईल. परंतु ध्यान नीट करणे हे इतके सोपे नाही की, जेवढे व्यवस्थित झोप घेणे सोपे आहे. रात्री व्यवस्थित झोप झाली नसणारा मनुष्य सकाळी उठून ध्यानास बसला, तर तो ध्यानामध्ये फक्त झोपेल. म्हणून मंदिरात पूजा

करताना, साधूंचे (प्रवचन) ऐकतांना लोक समजा झोपले तर खूप काही हैराण होण्याचे कारण नाही. मी असे ऐकले आहे की डॉक्टर धर्म-सभेत जाण्याविषयी सल्ला देतात, पण झोप येत नसेल तर.

मी ऐकले आहे की, एक खूप मोठा धर्मगुरू आपल्या मित्राला एकसारखा म्हणायचा तू कधी तरी माझे व्याख्यान ऐकण्यासाठी ये. धर्मगुरू अगदी ऐकायलाच तयार नव्हता, म्हणून एक दिवस तो मित्र व्याख्यान ऐकण्यास गेला. धर्मगुरू अगदी जास्तीत जास्त जितके चांगले बोलता येईल तेवढे तो बोलला. दोघेही बाहेर जाण्यास निघाले तेव्हा धर्मगुरूने मित्राला विचारले की, माझे व्याख्यान कसे वाटले. मित्राने सांगितले खूप उत्साहवर्धक होते, रिफ्रेशिंग करणारे होते. धर्मगुरूंचे हृदय आनंदाने फुलून आले. त्याने विचारले कोणची गोष्ट तुला खूप उत्साहवर्धक वाटली? त्याने सांगितले की व्याख्यान संपल्यानंतर मी जेव्हा झोपेतून जागा झालो तेव्हा माझे मन खूप ताजेतवाने झाले होते. इतके ताजेतवाने मला घरी झोपेतून उठल्यावरही वाटत नाही. तेव्हा मी दररोज येणार, तुझे भाषण खूप उत्साहवर्धक होते.

मंदिरामध्ये धर्म-कथा ऐकता-ऐकता माणसाला झोप का येते? ही काय सांगण्यासारखी गोष्ट आहे. कंटाळा आला, उब निर्माण झाली की, झोप येतेच. कोणतीही गोष्ट उबदार वाटायला लागली की, झोप यायला लागते आणि झोपेची कमी असेल तर कोणतीही गोष्ट लगेच उबदार वाटू लागते.

ज्यांना झोप येत नाही ते माझ्याकडे येतात. ते सांगतात की, आम्हांला झोप येत नाही. ध्यानामुळे कदाचित झोप येऊ शकेल. त्यांना हे माहीत नाही की, ध्यानामुळे त्यांना व्यवस्थित झोप येईल पण ध्यानाच्या अवस्थेत जाण्यासाठी चांगली झोप झाली असणे जरुरीचे आहे नाहीतर ध्यान करण्यास अवघड जाईल. अवघड जाईल याचे कारण हे की मनाची/चित्ताची पहिली गरज झोप आहे आणि जशी ही विश्रांती मिळेल तसे चित्त झोपायला लागते आणि ध्यानामध्ये जरूर आहे. विश्रांतीमध्येही जागे राहण्याची- relaxed & aware अशा पद्धतीने ध्यानामध्ये कुणी प्रवेश करू शकेल आणि झोपेचा नियमच असा आहे की, जेथे आपण बाहेर आणि आतमध्ये विश्रांती घेत असू झोप ही येणारच! relax केले की झोप येणारच! अशा पद्धतीने जर कुणी ध्यानात प्रवेश केला, तर ते नेहमी झोपतीलच.

पण आता आज ही सारी व्यवस्था केली जाऊ शकते. झोप दूर केली जाऊ शकते. झोप मोजलीही जाऊ शकते. स्वप्नही मोजले जाऊ शकतात. किती स्वप्न तुम्हाला पडतात. तुम्हालाच माहीत नसते किती स्वप्न पडतात ते! स्वप्न कसे पडते?

कालच एक साधना करणारी महिला माझ्याकडे आली होती. तिला ध्यान करायचे होते. मी तिच्या स्वप्नाबाबत तिला विचारले. तिन विचारले माझ्या स्वप्नांशी तुमचा काय संबंध आहे? मला ध्यान करायचे आहे. मी तिला सांगितले की, मला

हे विचारणे खूप जरुरीचे वाटते, कारण तुझी स्वप्नेच मला सांगतील की तुला ध्यान करायचे आहे की दुसरे काहीतरी करायचे आहे? तिने सांगितले की, मला फक्त कामवासनेची स्वप्ने पडतात आणि हिंसेची व आग लागण्याची स्वप्ने येतात. तेव्हा मी सांगितले, तुझे मन हेच करायला मागते. आता ध्यान करणे कठीण होईल. प्रथम तुझ्या स्वप्नांची शुद्धता करावी लागेल. ज्या व्यक्तीला स्वतःला शुद्ध करायचे आहे ती व्यक्ती जर आपल्या स्वप्नांना शुद्ध करू शकली नाही, तर ती स्वतःला शुद्ध करू शकणार नाही. स्वप्नासारखी साधारण गोष्टही अशुद्ध असेल तर तिची सत्ता, आत्मा शांत होऊन जाईल; पण हे खूप अवघड आहे. परंतु याच्यापूर्वी स्वप्ने हाताळण्याची कोणतीही साधने नव्हती.

या ध्यानकेंद्रामध्ये स्वप्नांना हाताळण्याचीही व्यवस्था करण्याची माझी इच्छा आहे. आता तर त्याची पूर्ण शास्त्रीय सुविधा आहे. तुमचा कार्डिओग्राफ घेतला जातो. तसेच रात्री तुमच्या स्वप्नांचा आलेख तयार केला जातो की, तुम्ही किती वेळ स्वप्ने बघितली, कोणत्या प्रकारची स्वप्ने बघितली, स्वप्ने violet होती, हिंसक होती, non-violet होती की अहिंसक होती, Sexual कामुक होती की नव्हती. स्वप्ने कोणत्या प्रकारची होती, याची सारी माहिती तो आलेख देतो. रात्रभर किती स्वप्ने बघितली याची माहितीही हा आलेख देतो. हे सगळे कळल्यावर आपण हैराण व्हाल की, स्वप्नांच्या बाबतीत जेवढी माहिती मिळते आहे त्यामुळे हे सिद्ध होत आहे की, मनाच्या आतमध्ये wave तरंग आहेत. स्वप्ने पडत राहतात तेव्हा हे तरंग अधिक वेगळे होतात. जेव्हा स्वप्ने पडणे बंद होते त्या वेळेस वेगळ्याच प्रकारचे तरंग मनात उमटतात आणि आश्चर्याची गोष्ट ही आहे की, गाढ झोपेमध्ये जी तरंगाची स्थिती असते, तशीच अवस्था ध्यानामध्ये या तरंगांची असते.

ध्यानामध्ये जेव्हा एखादी व्यक्ती असते, तेव्हा तिच्या मनामध्ये/चित्तामध्ये जसे तरंग असतात तसेच तरंग ती गाढ झोपेमध्ये असताना असतात आणि जेव्हा एखादी व्यक्ती स्वप्नामध्ये असताना ज्या प्रकारचे तरंग असतात तशाच प्रकारचे तरंग एखादी व्यक्ती चिंतेमध्ये असताना असतात. चिंता आणि स्वप्ने एकमेकाला जोडलेली असतात, गाढ झोप आणि ध्यान यांचीही जोडी असते.

ही सारी शास्त्रीय व्यवस्था या ध्यान मंदिरात करण्याचा माझा मानस आहे आणि प्रत्येक व्यक्तीला शास्त्रीय दृष्ट्या मदत मिळालीच पाहिजे हा माझा दृष्टिकोन आहे. आणि माझ्या म्हणण्यानुसार मनुष्याला आज ध्यानाची जितकी गरज आहे तितकी कोणत्याही गोष्टीची नाही. कारण आज मनुष्य जितका अस्वस्थ आहे तितका अशांत यापूर्वी तो कधीच नव्हता.

मी या थोड्याशा गोष्टी तुम्हाला सांगितल्या त्याचा विचार करा. त्या विचारात घ्या. त्या मान्य करण्याची काही जरुरी नाही आणि हे ध्यान मंदिर विश्वास करण्यासाठी आहे.

विश्वास करण्यासाठी आता तसे कुठेच काही नाही. फक्त सांगत असताना लोक दिसतात- की विश्वास करणारा माणूस आता राहिलेला नाही. प्रत्येक मानवाच्या मनावर एक शल्य बसवलेला असतो. एक छोटीसी गोष्ट सांगतो आणि माझे म्हणणे संपवतो.

कर्णाने महाभारतात युद्धामध्ये सारथी म्हणून ज्या माणसाची निवड केली होती तोच माणूस त्याच्या पराभवाचे कारण बनला. कर्णाने ज्याला सारथी म्हणून निवडले त्याचे नाव होते शल्य! शल्याचा अर्थ आहे संदेह, शंका, संशय! कर्णाचा अर्थ तर आपल्याला माहितीच आहे. कर्णाचा अर्थ कान. साऱ्या शंका कानामधून प्रवेश करतात. कर्णाने शल्याला सारथी म्हणून निवडले आणि अर्जुनाने कृष्णाला सारथी म्हणून निवडले. साऱ्या युद्धामध्ये निर्णायक डिसीसिव्ह हीच गोष्ट घडली, कारण की शल्य जो होता त्याचे नाव शल्य यासाठी होते की तो खूप शंकेखोर माणूस होता. कर्ण खूप शक्तिशाली माणूस होता. ज्या लोकांना माहिती आहे आणि ज्याच्यासमोर महाभारत घडले त्या सगळ्यांच्या मते कर्णाबरोबर अर्जुन जिंकू शकणार नाही. कर्ण महाशक्तिशाली माणूस होता. कर्णाच्या मागे सूर्याची शक्ती होती. अर्जुन त्याच्याबरोबर जिंकू शकत नव्हता. परंतु शेवटी युद्धामध्ये असे झाले की, अर्जुन जिंकला व कर्ण हरला. आणि ज्यांना माहीत आहे ते सांगतात की चुकीचा सारथी निवडल्यामुळे कर्ण हरला. कारण तो जो शल्य होता तो संपूर्ण वेळ (युद्धभर) कर्णाला सांगत होता की अर्जुनाबरोबर तू काय जिंकणार. शल्य सारा वेळ त्याला हेच सांगत राहिला. कर्ण धनुष्यातून बाण सोडतोय आणि शल्य, त्याचा सारथी सांगतोय, कशाला मेहेनत करतोस? तू अर्जुनाबरोबर काय जिंकणार! तुझे जिंकणे खूप कठीण आहे. हा एक सारथी! आणि अर्जुनाजवळ कृष्ण असा एक सारथी होता की, अर्जुन धनुष्य सोडून बसून राहिलेला होता आणि कृष्णाने त्याला सारी गीता सांगितली की ती माणसे लढणार, कारण कृष्णाने सांगितले जे होणार आहे ते प्रथमच निश्चित झालेले आहे. तुला काही करायचे नाहीस तू फक्त निमित्तमात्र आहेस. हा जो शल्य कर्णाला मिळाला, ही जी शंका कर्णाच्या मनात निर्माण केली गेली तीच त्याला घातक ठरणारी होती.

कुणी ओळखतं, ओळखत नाही, पण आज प्रत्येक मनुष्याच्या बरोबर शंका आहेच म्हणून जो विश्वास शंकेच्या आधारावर प्रचारित केला गेला होता तो आता काहीही कामाचा नाही. आता प्रथम संशयाची हत्या करायला हवी, तेव्हा कोठे व्यक्तीच्या अस्तित्वावर काही परिणाम करणे शक्य होईल आणि या संशयाची हत्या शास्त्राशिवाय होऊ शकत नाही. म्हणून मी या ध्यान केंद्रात तुमच्या संदेहाची हत्या शास्त्राद्वारा करणार आहे.

विश्वासाच्या माध्यामातून आता ध्यानामध्ये प्रवेश होऊ शकणार नाही. मी सांगतो म्हणून तुम्ही ऐका हे तुम्ही मान्य करणार नाही. आता ही वेळ आलेली आहे.

तो काळ गेला की जेव्हा लोक असं मान्य करत असत. आता ती वेळ परत कधीच येणार नाही. मनुष्याचे बालपणच आता नेहमीसाठी हरवून गेले आहे. मनुष्य आता प्रौढ बनला आहे. आणि या प्रौढ माणसाजवळ जो काही संशय आहे, त्या संशयाला आपण वैज्ञानिक- शास्त्रीयरीत्या नष्ट केले नाही तर मनुष्याच्या जीवनात कोणतीही क्रांती घडवून आणण्यात आपण यशस्वी होऊ शकणार नाही.

म्हणूनच मी या ध्यानमंदिराला मी एक वैज्ञानिक मंदिर म्हणतो. जेथे आपण धर्माला, ध्यानाला वैज्ञानिक मार्गाने मनुष्यापर्यंत पोहचवण्याचे प्रयत्न करू शकतो.

ध्यान - अनुभूती

प्रश्न : मी थोडीशी साधना करते, विशेषत: त्याच्याबद्दलच मला विचारायचे आहे. ?

उत्तर : साधना करत असाल तर काय विचारणार. साधना एवढीशी आणि तेवढीशी असत नाही. प्रमाण नसते. हा आपला खूप मोठा भ्रम आहे. कारण की आपण वस्तूंच्या जगाशी परिचित आहोत. त्यामुळे आपण प्रमाणांच्या हिशेबात विचार करतो. वस्तूंच्या जगाशी परिचित असल्याकारणाने आपल्यांला भ्रम होतो, कारण की वस्तूंमध्ये तर प्रमाण असते आणि आतमध्ये फक्त गुणवत्ता असते. प्रमाण नसते. भक्तीच्या दुनियेत कोणतेही प्रमाण नसते. म्हणून तर आपण कुणाला असे म्हणू शकत नाही की, आपण कुणावर कमी प्रेम करतो. करतो किंवा करत नाही. प्रेम कमी किंवा जास्त असू शकत नाही. कारण तेथे ते मोजण्याची कोणतीही सुविधा नाही. म्हणून एक तर आपण प्रेम करतो किंवा आपण करत नाही. कमी प्रेम

असणे ही धोक्याची गोष्ट आहे. तसेच आपण साधना करतो किंवा करत नाही. कमी साधना करणे धोक्याची गोष्ट आहे. परंतु आपण वस्तूंच्या जगातच जगतो. आणि आपली सारी साधना चिंतन तेथूनच सुरू होते. तेथे तर प्रमाण आहे आणि तेच प्रमाण गृहीत धरून आपण ते अध्यात्मातही आणतो, तेव्हाच मोठ्या चुका व्हायला सुरुवात होते.

अशा पद्धतीने आपण अध्यात्माच्या दुनियेत सोपान घेऊन येतो. तेथे कोणतीही शिडी नाही तेथे फक्त उडी आहे. परंतु जर कोणतीही शिडी नसेल तर गुरू आणि शिष्याचे काय होईल. गुरू जो आहे तो सोपानच्या शेवटच्या पायरीवर उभा आहे, शिष्य जो आहे तो पहिल्याच पायरीवर उभा आहे. अध्यात्माच्या दुनियेत म्हणूनच गुरू आणि शिष्य असू शकत नाही. त्या साऱ्या गोष्टी आपल्या वस्तूंच्या दुनियेतील उधार नेलेल्या गोष्टी आहेत. जेथे फक्त कामगार आहे आणि मालक आहे. जेथे शिष्य आहे आणि गुरू आहे, कुणी शिकणारा आहे, कुणी शिकवणारा आहे. अध्यात्माच्या दुनियेत ना कुणी शिकवणारा आहे ना कुणी शिकणारा आहे. शिकण्याची एक उडी असते. A jump into learning. Process नाही, तेथे शिकणे आहे म्हणून नंबर नाही, दर्जा नाही. परंतु शोषणाचे काय होणार? समजा दर्जा नसेल, तर शोषण करणे खूप कठीण होईल म्हणून आपण दर्जा तयार करतो. आपण म्हणतो की, हा आता एक नंबरच्या पायरीवर आहे, तो दोन नंबरच्या पायरीवर आहे. मी पाच नंबरच्या पायरीवर आहे.

मी गेलो... मला एक गमतीदार अनुभव आला. एक संन्यासी आहे. त्याचा खूप मोठा आश्रम आहे आणि त्यांचे हजारो शिष्य आहेत. ते एका मोठ्या आसनावर बसले आहेत. त्यांच्याच बाजूला एक छोटे सिंहासन ठेवलेले आहे. त्याच्यावर दुसरे एक संन्यासी बसले आहेत. मी गेलो तेव्हा त्यांनी सांगितले तुम्हाला माहिती आहे हे कोण बसले आहेत? मी सांगितले मी ओळखत नाही. त्यांनी सांगितले हे उच्च न्यायालयाचे प्रमुख न्यायाधिकारी होते. आता संन्यासी झाले, परंतु खूप विनम्र आहेत, माझ्याबरोबर ते कधीही सिंहासनावर बसत नाहीत. नेहमीच लहान आसनावर खाली बसतात. मी म्हणालो ते तर विनम्र आहेत, परंतु आपण कोण आहात की आपण नेहमी त्यांच्या बरोबर मोठ्या सिंहासनावर बसता. समजा ते नम्र आहेत तर आपण कोण आहात? आणि मी म्हणालो, हेही छोट्या सिंहासनावर बसतात. याच्याही खाली काही लोक बसलेले आहेत. हेही खाली त्यांच्याबरोबर बसत नाहीत. मी म्हणालो हे तुमच्या मरण्याची वाट बघत आहेत. जेव्हा तुम्ही हे सिंहासन खाली कराल, तेव्हा हे वरती बसतील.

धर्मसत्ता चालेल, प्रमुख शिष्य आहेत हे तुमचे, जेव्हा तुम्ही मराल तेव्हा हे गुरू होतील. ते जे खाली बसतात, त्यांच्यामध्ये सगळ्यात जो कोणी जास्त कार्यक्षम

असेल, महत्त्वाकांक्षी असेल तो सिंहासन काबीज करेल. मग हा गुरू त्याच्यासाठी म्हणेल की, हा खूप विनम्र आहे. तो नम्र आहे, हे तो अशासाठी म्हणेल की, तो माझा अहंकार जपतो आहे. म्हणून तो नम्र आहे. समजा तोही कार्यक्षमतेमुळे याच सिंहासनावर बसला तर तो नम्र होणार नाही, कारण की त्याने माझा अहंकार दुखवायला सुरुवात केली आहे. मी म्हणालो की, तुम्ही मला हे का सांगता की हा माणूस उच्च न्यायालयाचा मुख्य अधिकारी आहे.

'संन्यासी'चा अर्थच हा आहे की जो इथे होता, आत्ता नाही. तो कुणीही असो. चांभार असो, उच्च न्यायालयाचा न्यायाधिकारी असो किंवा नसो त्याची काही गोष्टच नाही. ही एक उडी मारलेली आहे. आता हे सांगण्याची काय गरज आहे. हेही आपणच सांगता की, हा कोणी साधारण संन्यासी नाही म्हणजे हा चांभार होता. काही पापे करत होता, उच्च न्यायालयाचा मुख्य न्यायाधिकारी होता. तेव्हा तर तो हे सोडून कुठे गेला नाही. पुन्हा तो तेथेच राहिला.

सगळ्या जगभर अध्यात्माला जे काही नुकसान सोसावे लागले असेल, ते या दर्जामुळेच सोसावे लागले. कारण तेव्हा जगामध्ये जी पदे होती, सोपान (शिडी) होते, पदव्या होत्या तेथे ते सारे पोहचले होते. नाव बदलले तेथे सारे पोहचले आणि नवीन नावाने ते ओळखले जाऊ लागले, इथे नेता होता आणि अनुयायी होता. तर तेथे गुरू आणि शिष्य झाले. इथे मालक होता आणि मजूर होता तर तेथे शिकवणारा आणि शिकणारा झाला. परंतु जेथे वर्गवारी आहे तेथे शोषण आहे. वर्ग म्हणजे शोषण! कोणत्याही प्रकारचा वर्ग असला तरी शोषण होणारच आणि जेथे शोषण नाही तेथे वर्गवारी बनण्याची कोणतीही शक्यता नाही. त्याला बनवणार कोण?

मला तरी असे वाटते की जीवनातून दुसऱ्या प्रकारचे वर्ग संपुष्टात आणणे कदाचित अशक्य असेल, कमीत कमी अध्यात्मात तरी कोणतेही वर्ग असायला नको. इथे एकमात्र शक्यता आहे की, या ठिकाणी आपण वर्गविहीनता आणू शकतो. परंतु तेथे खूप काटेकोर विभाजन आहे. इतके की श्रीमंतांच्या जगातही असे विभाजन नाही. तेथे खूप काटेकोर विभाजन आहे. आपली महत्त्वाकांक्षा, आपला अहंकार, आपली अस्मिता किती प्रकारचे रूप धारण करतात हे सांगणेही खूप कठीण आहे. आणि अहंकार जेव्हा कोणतेही रूप धारण करतो तेव्हा त्याची विचार करण्याची पद्धत ही नेहमीच पुढे जाणारी असते, कारण की अहंकार उडी मारू शकत नाही. उडी मारताना तो नष्ट होतो. तो एक-एक पाऊल पुढे सरकतो.आणि एक-एक पावलाने तो अशासाठी पुढे सरकतो की, जेव्हा पुढचे पाऊल तो घट्ट रोवतो तेव्हाच मागचे पाऊल तो उचलतो.

उडी मारण्याचा अर्थ हाच की, पुढचे पडणारे पाऊल अनिश्चित असणे. पडो न पडो, खड्डा पडेल, एबिस हो. उडी मारण्याचा अर्थ हाच आहे की, पुढचे पाऊल

कुठे पडेल हे निश्चित केले नाही आणि उडी मारली. पुढे जाण्याचा अर्थ हा की, पुढचे पाऊल नीटपणे कुठे टाकायचे ते निश्चित केले, पाय चांगल्या पद्धतीने रोवले तेव्हा मागचे पाऊल उचलले. म्हणजे जेव्हा आपण आपले भविष्य निश्चितपणे ठरवतो तेव्हा वर्तमानकाळाला सोडून देतो. ही तर क्रमाक्रमाने विचार करण्याची पद्धत आहे. एकदम उडी मारण्याने तुमची विचार करण्याची पद्धत ही आहे हे लक्षात येते. आपण वर्तमानकाळाला एकदम सोडून देतो. आणि भविष्याकाळालाही अनिश्चित ठेवतो. इतके अभय असेल तरच अध्यात्मामध्ये प्रगती होते. या भीतीमुळेच चांगले होते आणि जास्तीत जास्त एक-एक पाऊलच निश्चित होऊ शकते. म्हणूनच पुढची एक-एक पायरी आपण भक्कम बनवतो, तेव्हाच आपण ती चढतो, मागची शिडी सोडून देतो हे सोडणे नसून ते फक्त पुढे जाणे आहे. या शिडीमध्ये मागची शिडी साधन आहे.

एका माणसाजवळ दहा हजार रुपये आहेत. तो हजार सोडतो, पन्नास हजार मिळवतो. दहा हजार तो सोडत नाही. या पन्नास हजारांमध्ये चाळीस हजार- दहा हजार मिळवतो. तो फक्त चाळीस हजार मिळवतो, दहा हजार सोडत नाही. मागची पायरी (शिडी) पुढच्या पायरीला (शिडीला) नेहमी समाविष्ट करून घेते. अहंकार तर असा सळसळत असतो जसा साप चालतो. अहंकार जेव्हा खूप होतो, तेव्हा तो आपल्या साऱ्या शरीराला आकुंचित करून पुढे घेऊन येतो. म्हणूनच अहंकार कधीही काही सोडत नाही. तो साऱ्या भूतकाळाला नेहमी आकुंचित करून पुढे खेचत राहतो. म्हणून अहंकाराला कधीही क्रांतीला सामोरे जावे लागत नाही. तो तेथल्या तेथेच राहतो. फक्त सुधारणा होते. नव्या-नव्या सोपानांचे (शिडींचे) नवे - नवे रंग बरोबर घेऊन जातो आणि प्रत्येक नवीन सोपानावर (शिडीवर) त्याला नवीन अहंभाव उपलब्ध होतो. तो आनंदाने मोहरून जातो.

अध्यात्माचीही अशी एक अहंमन्यता आहे. परंतु असा अध्यात्म अध्यात्म होत नाही. माझ्या दृष्टिकोनातून अध्यात्म नेहमीच एक लांब उडी Jump आहे. Jump in to unknown आणि अपरिचित गोष्टीला आपण अनुक्रम देऊ शकत नाही, नाहीतर ते परिचित होऊन जाईल. अपरिचित गोष्टींचा आपण नकाशा बनवू शकत नाही-नाही तर तो परिचित होऊन जाईल. अपरिचित गोष्टींमध्ये आपण हेही म्हणू शकत नाही की काही मिळणार की, गमावणार. समजा इतकेही नक्की असेल तर ते अपरिचित राहणार नाही तर ही known पासून unknown मध्ये परिचितामधून अपरिचितामध्ये जी उडी आहे ते आपले जे मन आहे, आहे ते Quantity, Gradation, Gradualness हा नियम, क्रम यांच्या भाषेमध्ये कमी विचार करतात आणि अधिक ते कधी सांगत नाहीत. त्यापासून खूप सावध राहण्याची गरज आहे.

म्हणून जोपर्यंत आपण तेथे नाही, तोपर्यंत हे जाणून घेणे योग्य असेल की

आपण साधक नाही. कमी साधक असणे भयंकर आहे. मी तुमच्यावर प्रेम करत नाही, हे जाणून घेणे खूपच योग्य आहे की मी प्रेम करत नाही. कमीत कमी हे तर खरे आहे आणि प्रेम न करण्याचीही आपली काही दुःखे असतात जे मला पकडतात जे मला टोचत राहणार, दिवस रात्र काड्यासारखे टोचत रहाणार की, मी प्रेम करत नाही. मी प्रेम केलेच नाही हे इतके पक्के होत जाईल की, मला प्रेमाची एक लांब उडी घ्यावी लागेल. ही टोचणी इतकी खोलवर पोहचेल की, ज्या जमिनीवर मी उभा आहे ती जमीन आग होऊन जाईल मला त्याच्यामध्ये उडी मारावी लागेल कारण तेथे उभे राहणे केवळ अशक्य होऊन जाईल. परंतु आपले मन लबाड आहे. ते म्हणते की नाही, असे नाही की मी प्रेम करत नाही. थोडेसे करतो. थोडेसे अजून प्रेम करेल. थोडेसे आणखी जास्त करेल. अशा प्रकारे जमीन कधी एवढी गरम करेल. अशा प्रकारे जमीन एवढी गरम होत नाही की, थोड्याशा कारणाने यात उडी मारावीशी वाटेल. मी म्हणतो की थोडेसे तर करतो ना, थोडेसे अजून वाढवेल, थोडेसे अजून वाढवेल त्यामुळे न करण्याचे दुःख कधीही पूर्ण स्पष्ट होत नाही.

आता एक मनुष्य माळ जपतो आहे. तर तो म्हणतो की, थोडीशी साधना करतो. अशी थोडीशी साधना करण्याने तो नेहमी स्वतःला साधनेपासून वाचवेल कारण की, तो म्हणेल की असे थोडेच आहे, आम्ही साधना करत नाही. थोडी आम्ही करत आहोत. कुणी एक मंत्राचा जप करत आहे तो म्हणतो आहे की, आम्हीही थोडीशी करतो- असे नाही की आम्ही रिकामेच बसलो आहोत किंवा आम्ही बेकारपणे बसलो आहोत. चालू आहे असे तो आपल्या मनाल समजावत राहिला की काहीतरी चालू आहे. काही तरी चालू आहे. असे काम होणार नाही, हा धोका आहे, फसवणूक आहे खूप खोलवर!

प्रश्न : अस्पष्ट रेकॉर्डिंग

उत्तर : दोन्ही गोष्टी ठीक आहेत. खाली गोष्ट ही आहे की memory, ज्याला आपण स्मृती म्हणतो ना ती (स्मृती) मिटवण्याचा प्रश्नच नाही, स्मृतीशी आपला जो सारखेपणा आहे, त्याला तोडून टाकण्याचा प्रश्न आहे. मी 'स्मृती' नाहीच हे समजून घेण्याचा प्रश्न आहे. म्हणजे की मला जे आठवले, माहीत करून घेतले, ओळखीचे झाले, जे वाचले, ऐकले, समजून घेतले ते मी नाहीच. मी त्यापासून खूप वेगळा आहे आणि हा तर माझा साठा (accumulation) आहे. जसे मी संपत्ती जमवली तसे मी ज्ञानही जमवले. एका तिजोरीत बंद ठेवले आहे, एक स्मृतीमध्ये बंद ठेवले आहे. ही पण एक तिजोरी आहे. मी तिजोरीही नाही. श्रीमंत माणूसही याच भ्रमात असतो की, तो ही तिजोरीच आहे. त्याला वाटते की, हेही मीच आहे. मला जाणून घेणेही मी आहे जाणून घेणे माझ्या अस्तित्वाची एक प्रक्रिया आहे. जाणून

घेण्यासाठी मी खूप अधिक आहे. आणि जे मी जाणतो त्याच्यापेक्षा खूप अधिक जाणून घेण्याची माझी न संपणारी शक्यता आहे. तेव्हा स्मृतीपासून तुमचा दुरावा फक्त वाढेल, पण पूर्णपणे स्मृती मिटून-संपून जाणार नाही. या उडी मारण्याने तुमच्या तांत्रिक ज्ञानामध्ये कोणताही फरक पडणार नाही. तुमचे तांत्रिक ज्ञान आधिक स्पष्ट होऊन जाईल. कारण की जितके तुमच्या स्मृतीपासून तुम्ही जितके दूर असाल तितकी त्यामध्ये अधिक स्पष्टता असते. स्मृतीच्या जेवढे जवळ तेवढीच स्पष्टता कमी, धुंदी आल्यासारखे होऊन जाते आणि जेव्हा तुम्ही तुमच्या स्मृतीशी सादृश (Identified) होऊन जातो, तेव्हा तर तुम्ही खूप अडचणीतच पडता. स्मृती म्हणजे एक यांत्रिक भाग (तोड) आहे, टेपरेकॉर्डरसारखा. पण तुम्ही टेपरेकॉर्डर नाही.

परंतु एखादा माणूस टेपरेकॉर्डरला आपल्या जवळ ठेवेल आणि समजेल की मी टेपरेकॉरर्डर झालो तर तो खूप अडचणीत पडेल. उद्या टेपरेकॉर्डर तुटला, तर तो समजेल की मीच तुटलो, टेपरेकॉर्डर बंद झाला, तर तो समजेल की मी बंद झालो. आणि उद्या टेपरेकॉर्डर बंद झाला नाही, सारखा वाजत/चालत राहिला. (बोलत राहिला) तर म्हणेल, मी काय करू शकतो, मी तर इथे आहे. तर ते खूप वाईट प्रकारचे बंधन आहे. स्मृतीही टेपरेकॉर्डर आहे, जी अगदी नैसर्गिक आहे आणि आज नाही तर उद्या आपण त्याच्याबरोबर सारखे काम करू शकतो. असे करणे सुरू केले आहे. मन (Mind) धुतलेही जाऊ शकते. हे काही अवघड राहिलेले नाही. तर ही जी स्मृती आहे यापासून तुम्ही वेगळे आहात. ही उडी मारण्याच्या वेळी नष्ट होणार नाही, फक्त उडी मारण्यामध्ये तुमची ताकद वाढेल. तुम्ही स्पष्टपणे बघू शकाल, यंत्र म्हणजे काय आणि चेतना (अस्तित्व) म्हणजे काय?

मन/सदसद्‌विवेक बुद्धी आणि स्मृती स्पष्टपणे तुमच्या नजरेस पडेल तेव्हा तुमच्या मनामध्ये एक प्रकारचे Verginity (व्हर्जिनिटी) कौमार्य येईल. जे की स्मृतीच्या माध्यमातून भ्रष्ट केलेले नसेल. प्रत्यक्षात स्मृती जी आहे ती खूप भ्रष्ट करते. तिला समजून घेणेच योग्य ठरेल. आपली स्मृती म्हणजे आपल्या बरोबर व्यभिचार आहे. काल तुम्ही मला भेटलात आणि काल तुम्ही मला शिवी दिली. आज सकाळी तुम्ही मला दिसलात, तर मी एकदम भ्रष्ट होऊन जातो. माझी स्मृती मला सांगते की, तो माणूस येत आहे ज्याने शिवी दिली होती. आता तर मी तुला बघूही शकत नाही. तो कालचा माणूसच बघत राहतो की, ज्याने शिवी दिली तो येत आहे. आता मी तुझी शिवी खायला तयार आहे. मी उत्तर देण्याची तयारी करतो आहे. काल तर मी उत्तर देऊच शकलो नाही, कारण तू अचानकपणे शिवी दिली होतीस, आज तर मी एकदम तयारीत आहे, तू बोल, मी उत्तर देतो.

आणि जेव्हा तू मला शिवी देण्यासाठी तयार आहेस, तेव्हा कदाचित मी तुझ्याकडून एखादी शिवीही निर्माण करून घेईल, कारण की मी, व्यवस्थित

वातावरण तयार करत आहे आणि जेव्हा तुझ्याकडून शिवी बाहेर येईल, तेव्हा मी म्हणेल की अगदी प्रथमपासून होता, ते बरे केलेस. स्मृतीने भ्रष्ट केले. ते त्याने भूतकाळाशी बांधून टाकले. जशी कालची धूळ तुमच्या घरामध्ये पडलेली आहे आणि आज सकाळीही ती धूळ साफ केली गेली नाही, असेच झाले असेल- आणि ही धूळ न संपण्याइतकी भरपूर जमा होऊ देत, म्हणून तुम्ही कधी (uncorrupted vargin) शुद्ध-पवित्र होत नाही की, तुमचे कौमार्य साधे आहे. कौमार्याची धारणा हीच आहे. कौमार्याची धारणा ही आहे की कौमार्यपेक्षा जास्त पवित्र काहीही नाही.

परंतु कौमार्याचा जो अर्थ आपण घेतला आहे, तो खूप विचित्र घेतला आहे. त्याच्याशी संबंध नाही. कौमार्याचा अर्थ हा आहे की, भूतकाळाने त्याच्याशी फरक केला नाही. ज्याचा भूतकाळ ज्याच्या भविष्यकाळाला, वर्तमानाला भ्रष्ट करत नाही, ज्याचा भूतकाळ मध्येच येत नाही, जो दररोज नव्याने सामोरा जातो. भूतकाळ एका कोपऱ्यामध्ये स्मृतीच्या रूपात असतो; परंतु त्याच्यावरती तो आपली छाया पाडत नाही आणि तो दररोज नवीन बघण्यासाठी सक्षम राहतो. तेव्हा आज तुम्ही येत आहे तर मी तुम्हालाच बघणार, त्याला नाही की ज्याने काल मला शिवी दिली होती. कारण की तो आता कुठे आहे. गंगेचे खूप पाणी आता वाहून गेले आहे. आता तू समजतच नाहीस. क्षमा मागायला येत आहेस आणि मी विचार करतोय, तू तोच मनुष्य आहे, जो शिवी देऊन गेला आहे. समजत नाही चोवीस तासात तू काय झालास किंवा समजत नाही चोवीस तासात तू किती वेगळा झालास. कारण चोवीस तासाचा आपलाच भरवसा करू शकत नाही की काय होणार, तर दुसऱ्याचा काय भरवसा?

तेव्हा स्मृती जी आहे, ती भ्रष्ट वस्तू आहे. समजा तुम्ही स्वतःला तिच्याशी सादृशता दाखवली तर तुम्ही मेलात, शेवटी तर तुम्ही वेडेच होऊन जाल. समजा तिच्या (स्मृतीच्या) भ्रष्टाचारात पूर्ण पडलात तर वेडे व्हाल. समजा त्यामधून तुम्ही पूर्ण बाहेर पडलात आणि स्मृती फक्त यांत्रिक भाग म्हणून राहिली, जी तुम्हाला मदत करते की घर कुठे आहे, दुकान कुठे आहे, जे वाटले आहे ते कुठे आहे, ती फक्त एक यांत्रिक भाग आहे, जिचा तुम्ही फक्त उपयोग करून घ्याल.

जसे आज नाही तर उद्या छोटे संगणक बनवले तर आपण संगणक खिशातच ठेवणार. मनुष्याच्या स्मृतीला जरासाही त्रास देण्याची गरज उरणार नाही की, दहा टेलिफोन नंबर लक्षात ठेवा. तेव्हा तुम्ही तुमच्या संगणकामध्ये, जसे दैनंदिनीमध्ये (डायरीमध्ये) तुम्ही दुसऱ्यांचे टेलिफोन नंबर लिहून ठेवता, ते संगणकामध्ये नोंदवून ठेवाल, की माझ्या अनेक मित्रांचे हे फोन नंबर आहेत आणि तुम्ही विचारता की, रामाचा नंबर काय आहे, तेव्हा संगणक तुम्हाला सांगतो की, हा हा फोन नंबर आहे. तुम्हाला तुमच्या स्मृतीमध्ये ठेवायची गरज राहणार नाही. कारण तुम्ही तुमचा

संगणक बरोबर ठेवणार आहात आणि तो तुमचे काम करून टाकेल. आत्ता ही तेथे सुद्धा आतमधील यांत्रिकीकरण संगणकाचेच आहे, त्यालाही आपल्याला भरवावे / नोंदावे लागते. त्याला आपल्याला सांगावे लागते की, रामचा फोन नंबर हा आहे, रामचा फोन नंबर हा आहे. दहा वेळेस सांगितल्यावर ते भरवले जाते. त्याची जागा तयार होते (नोंद केली जाते.)

परंतु हे तू नाहीस. तू नेहमी याच्या पलीकडे आहेस. तू तो आहेस ज्याने हे केले, तू तो आहेस, जो आठवण करेल, तू तो आहेस जो विसरू शकेल. ते मन वेगळाच प्रवाह आहे. जेव्हा उडी मारली जाईल, त्यामध्ये तुमची ही चेतना वेगळीच बाजूला होऊन जाईल तेव्हा तुझ्यात कौमार्यावस्था येईल.

प्रश्न : अस्पष्ट

उत्तर : समजा तुम्ही जे सांगत आहात ते जर योग्य असेल, तर तुम्ही काहीच सोडलेले नाही. जेव्हा एखादा माणूस सांगतो की, मी माझी स्मृती गमावून बसलो आहे. तो ठामपणे पुरावा देत आहे की त्याने काहीच हरवलेले नाही. त्याला सगळे माहिती आहे की, त्याने काय-काय हरवले आहे. समजा एखाद्या माणसाची स्मृती नष्ट होईल, तेव्हा हे सांगायला कोण येणार की, माझी स्मृती हरवली आहे.

प्रश्न : अस्पष्ट

उत्तर : मला तुमचे म्हणणे समजले. ईश्वराला थोडा वेळ विसरा. त्याला अशासाठी विसरा की, ईश्वराला आपण धरू शकतो आणि सोडूही शकतो. तो परमेश्वर होऊ शकत नाही. ती आपली स्मृतीच आहे- जी आपण पुस्तकांमध्ये वाचली आहे, शिकली आहे- त्या परमेश्वराला आपण धरून बसलो आहोत. तोही वैताग आणेल. तोही तुम्हाला भ्रष्ट करेल. त्याला सोडा. परमेश्वर मी अशा पवित्रतेला म्हणेन की जी निष्पाप भावनेतून येते आणि जी स्मृतीच्या द्वारा चेतनेला शुद्ध ठेवते, मुक्त ठेवायचा आधार आहे.

ईश्वराचा अर्थ हाच आहे की, पावित्र्य. ईश्वराला कोणत्याही व्यक्तीशी काहीही घेणं देणं (मतलब) नाही. ईश्वर पवित्र आहे, असे नाही जे पवित्र आहे तोच परमेश्वर आहे. ती जी शुद्धता आहे, ती स्मृती तुम्हाला ठेवायची गरज नाही. ती तर समस्या आहे. त्याला सोड. त्याची आठवण ठेवायची गरज नाही. आणि अज्ञातामध्ये गैर अज्ञातात आणि हे वेगळे ते वेगळे हे सोडा. त्याच्याशी काही घेणं देणं नाही. आनंदाने जगा, शांतिपूर्ण जगा आणि तुमचा भूतकाळ, तुमचा भविष्यकाळ नष्ट न करो, त्यासाठी तुम्ही जागरूक राहा. हे समजलं ना! मग पोस्ट टेलिग्राफमध्ये, परमेश्वरामध्ये फारसा फरक नाही. काय-काय होणार याचा तर आपण आग्रहही करायला नको. जे जसे आहे, तसेच स्वीकारून आपण शांत राहायला पाहिजे.

प्रश्न : अस्पष्ट

उत्तर : त्यामध्ये अडथळा आणू शकते आणि साधकही बनू शकते हे तुमच्या दृष्टिकोनावर अवलंबून आहे की, आपण ते कसे स्वीकारता. प्रत्यक्षात या जगामध्ये बाधक आणि साधक या दोन गोष्टी नाहीत. एका रस्त्यावर एक दगड पडला आहे. तो अडथळाही होऊ शकतो आणि पायरीही बनू शकतो, तो पलीकडे जाण्यासाठी अडवूही शकतो हा प्रश्न खूप महत्त्वपूर्ण नाही की, अडथळा काय आणि साधक काय! मोठा प्रश्न हा आहे की, त्याला आपण कसे स्वीकारता. आता तुम्हाला जसा आतमध्ये आनंददायी सुगंध येण्यास सुरुवात व्हायला लागते. त्यात तुम्हाला फक्त बाहेरचा सुगंध माहीत होता हे खरे. तुम्ही आतमधील अंतर्मनातील सुगंधही जाणून घेतला, तर तोही कधीही न संपणाऱ्या जन्मांच्या संचितांचा सुगंध आहे. तोही आतमध्ये नाही. तुम्हाला अंतर्मनातील प्रकाश माहीत आहे, तो काही बाहेरच्या प्रकाशाचा न संपणाऱ्या अनुभवांचे संचित संग्रह करणे आहे. तोही बाहेरच्या प्रकाशाचा न संपणाऱ्या अनुभवांचा संचित संग्रह आहे. जो आतमध्ये अगदी अणू ऊर्जेसारखा जमा झालेला आहे. तो प्रकट झाला तर सूर्याचा प्रकाश त्याच्यापुढे फिका दिसेल. समजा तुम्ही आतमध्ये/ अंतर्मनात संगीत ऐकले तेही न संपणारे संगीत न संपणाऱ्या आवाजांचे जमा झालेले सारभूत आहे. ते अंतर्मनात उमलते. प्रकट होते. इतके तर नक्की झाले की, हे जेव्हा प्रकट होते तेव्हा तुम्ही बाहेरून त्या जागी जाता. जेथे बाहेरचे अनुभव साठवलेले असतात, परंतु ते आत आहेत तर तुम्ही inward गेलात या गोष्टीचा हा तर पुरावा आहे. जेव्हा आतमध्ये सुगंध येईल, प्रकाश येईल आणि आतमध्ये दुसऱ्या प्रकारचे अनुभव येतील, तेव्हा तो तुम्ही अतंर्मनात गेल्याचा पुरावा आहे. तुम्ही स्थूल जगामधून सूक्ष्म जगामध्ये प्रवेश केला, परंतु तरीही तुम्ही अपरिचित जगामध्ये गेला नाहीत, कारण तुम्ही अपरिचिताला परिचितही करू शकत नाही. तुम्ही म्हणता की हा सुगंध आहे. तेव्हा ही परिचितांची दुनिया आहे जो सुगंध तुम्ही जाणता त्याच्याशी याचा संबध आहे. ओळखीची शक्यता आहे. तुम्ही म्हणता हा सुगंध आहे. तुम्ही म्हणता हा प्रकाश आहे. पण जो बाहेरचा प्रकाश तुम्हाला माहिती आहे. त्या प्रकाशाशी याचा काही संबंध नाही, तर तुम्ही याला प्रकाश कसे म्हणणार. तेव्हा हा प्रकाश अपरिचित नाही. हा तर ओळखीचा आहे, परंतु ज्याला बाहेर जायचे होते त्याला आता तुमच्या आतमध्ये जायला हवे. जसा आम्ही चंद्राला बघायला हवे होते. पण आम्ही तुम्हाला जलाशयाच्या छायेत बघितले. फक्त एवढाच फरक आहे आतमध्ये तुमची जी बाहेरची सावली/ छाया पडली आहे, प्रतिबिंब पडले आहे, तेथे तुम्ही त्याला पकडले. दिशा तर बदलली, पण स्थूल सूक्ष्ममध्ये, परंतु सूक्ष्महीे स्थूलतेचे रूप आहे. खूप सूक्ष्म रूप आहे; परंतु स्थूलतेचे रूप आहे. म्हणून नीट समजून घ्यायचे तर आतमध्येही

बाहेरचीच सुधारित आवृत्ती आहे. ज्याला आपण बाहेर म्हणतो ते दरवाज्याच्या जे बाहेर आहे, ते बाहेर आहे. दरवाज्याच्या जे आत आहे ते आतमध्ये आहे. यामध्ये हे कुठे वेगळे होते, कोणत्या ठिकाणी बाहेर वेगळे होते, आतमध्ये वेगळे होते. बाहेरचे आत शिरते, आतमधील बाहेर पडते. हे सारे एकमेकाला मिसळलेले आहे. तोच श्वास आतमध्ये जातो. तेव्हा तुम्ही म्हणता की, आतमध्ये जात आहे आणि तोच श्वास बाहेर जातो, तेव्हा तुम्ही म्हणता की बाहेर जात आहे. त्याच्या येण्या-जाण्याला अर्ध्याला बाहेर म्हणता अर्ध्याला आत म्हणता. आत आणि बाहेर हे एकाच गोष्टीचे दोन भाग आहेत. सूक्ष्म आणि स्थूल हेही एकाच गोष्टीचे भाग आहेत आणि हे सगळे माहितीही आहे; परंतु बाहेरच्या माहितीच्या विश्वात उडी मारणे कठीण आहे. पण आतमधील माहितीच्या विश्वात उडी मारणे अज्ञातामध्ये सोपे आहे; एवढ्याच अर्थी ते सूक्ष्म आहे. समजा तुम्ही त्यामध्ये मग्न झालात आणि म्हणू लागलात की, मला मिळाले तर अडथळा निर्माण होईल अजून तर काहीच मिळाले नाही, साधा सुगंधही आला नाही. यापेक्षा कितीतरी कोटी-कोटी पट चांगला सुगंध मिळवलेला आहे. तो बाजारात मिळू शकत नाही. परंतु तो सुगंधच आहे. आणि आज नाही तर उद्या शास्त्रज्ञ तोही तयार करतील. सुगंध मिळवण्यासाठी अशी कोणतीही अडचण नाही. आतमधील संगीत ऐकलंय तुम्ही कधी? वीणा वाजताना ऐकली आहे? अशी तुम्ही कधीच ऐकली नसेल, रविशंकरही अशी वाजवू शकणार नाही, अशी ऐकली आहे.

परंतु जी ऐकली जाऊ शकत होती ती कधी न कधी वाजवलीही जाऊ शकत होती कारण ऐकणे आणि वाजवणे हे एकाच प्रक्रियेचे दोन भाग आहेत. जो प्रकाश तुम्ही बघितला; तो कधीतरी बाहेरही बघू शकतो. समजा विज्ञानाने काही प्रायोग केले तर आपण आपल्या आतमधील प्रकाशही बाहेर दाखवू शकतो. एल. सी. डी. आणि मैस्कलिनमुळे तो सारा प्रकाश आणि उष्णता तुम्हाला दिसतच आहे. ती शास्त्रीय योजना आहे. त्याला अध्यात्माच्या दृष्टिकोनातून प्रयत्न केला, तर अडथळा निर्माण होईल. असे समजलात की अध्यात्म मिळाले तर आपल्याला सकाळ दिसायला लागेल. राग यायला लागला, प्रकाश पडलेला दिसायला लागला; मिळाला तर मग संपेलच. हा जो दगड पायरी बनला असता, तो आता भिंत बनला आहे. आता तुम्ही अडकलात, वाईट पद्धतीने तुम्ही अडकलात. कारण की स्थूलतेपासून आपली सुटका करून घेणे सोपे होते. कारण की स्थूलतेपासून आपली सुटका करून घेणे सोपे आहे त्यामध्ये खूप कठीण होते, माहिती होते ते अज्ञातच होते; परंतु यामध्ये संकटात पडणे सोपे आहे. त्यामध्ये सामूहिक गोष्ट होती. त्यामध्ये आणखी काही लोक होते, जे म्हणत होते की, कसले अध्यात्म आहे? हे तर घर आहे. कसले अध्यात्म हा तर सतारीचा आवाज आहे. कसले अध्यात्म हा तर दिव्याचा प्रकाश

आहे. कसले अध्यात्म हा तर फुलांचा सुगंध आहे. दुसरे लोकही म्हणतात, आता तुम्ही अगदी एकटे पडला आहात. आता दुसरे कुणीही राहिले नाही. त्यामुळे आपल्यावर विसंबून राहणे खूप सोपे आहे, स्वतःला फसवणे खूप सोपे आहे, कारण की तेथे आता टीका करणारे कुणीही नाही. आता तुम्ही एकटेच आहात. हा आवाज फक्त तुम्हीच ऐकता आहात दुसरे कुणीही ऐकत नाही. हा प्रकाश फक्त आपणच बघत आहात. कोणी दुसरा बघत नाही. आपण आपल्याला निराश करणे खूप सोपे आहे. आता तुम्ही म्हणू शकता मला मिळाले. मला मिळाले असे म्हणण्याने नुकसान होणार. जोपर्यंत मला मिळाले असे म्हणण्याची वृत्ती आहे, तोपर्यंत धोका आहे. नाहीतर अजून एखादी उडी घ्यावी लागेल. आता तुम्ही स्थुलापासून सुक्ष्मामध्ये आलात. बाहेरून आतमध्ये आलात, परंतु अजून तुम्ही अज्ञातामध्ये गेलेला नाहीत. ज्या दिवशी अज्ञात येईल (शोध लागेल) त्या दिवशी त्याला परिचित करू शकणार नाही. कारण की अज्ञाताला परिचित कसे करणार तुम्ही म्हणू शकणार नाही की हा सुगंध आहे, म्हणू शकणार नाही की हा प्रकाश आहे, म्हणू शकणार नाही परमात्मा आहे, म्हणू शकणार नाही आत्मा आहे, म्हणू शकणार नाही मोक्ष आहे, म्हणू शकणार नाही निर्वाण आहे, काहीही म्हणू शकणार नाही, फक्त एवढेच म्हणू शकेल की म्हणू शकत नाही. ओळखायला काहीही उपाय साधन नाही. आलेला आहेस तर काही स्पर्श झाला आहे, पण शब्द देण्यासाठी काहीही उपाय नाही. एवढेही म्हणू शकत नाही की मी मिळविले, कारण की मी तेथे टिकतच/राहतच नाही. तेव्हा तर अज्ञातामध्ये उडी मारली ती इंद्रियांच्या पलीकडे झाली, कारण की सगळे ज्ञात हे इंद्रियांचा अनुभव आहे. तेथे काहीही राहणार नाही. न कुणी वीणा वाजवेल ना कोणता सुगंध येईल, ना कोणता प्रकाश उरेल. तेथे काहीही राहणार नाही. वस्तू/विषय राहणार नाही ते होत आहे आणि जेथे विषय राहत नाहीत तेथे व्यक्तीही हरवली जाते कारण की, त्यांच्या सुटकेसाठी कोणताही उपाय नसतो. जोपर्यंत एखादी वस्तू/गोष्ट मला दिसते तेव्हा 'मी' ही असते. जो सुगंध मला येतोय तर मी हजर आहे. सुगंध आहे. मला तो येत आहे. प्रकाश आहे मला तो दिसतोय. जोपर्यंत वस्तू/विषय आहे तोपर्यंत 'मी' ही आहे. जेव्हा विषयविरहित अवस्था असेल तेव्हा मी कुठे टिकणार, आधार कुठे असणार आहे. की मी कुठे टिकणार ज्याला सुगंध येत नाही, प्रकाश दिसत नाही आणि त्याला कोणतेही दर्शन होत नाही आणि अनुभवही असत नाही. काहीही होत नाही. म्हणून आध्यात्मिक अनुभव हा शब्द अगदीच चुकीचा आहे. जोपर्यंत अनुभव आहे, तोपर्यंत अध्यात्म नाही आणि जोपर्यंत अध्यात्म आहे, तापर्यंत अनुभव नाही. कारण की अनुभव नेहमी objective असतो. ती विषयनिष्ठ- वस्तुनिष्ट संबंध (Subject-Objective Relationship) असतात. त्यामुळे तो तेथे हेही सांगू शकणार नाही की, मला अनुभव आला. उपनिषदे असे

सांगतात की, जो म्हणतो मला हे माहीत आहे, तेव्हा असे समजा की त्याला माहितीच नाही. ही साक्षच होईल की, त्याला अजून समजलेच नाही.

प्रश्न : अस्पष्ट

उत्तर : अडथळा आणू शकते. साधकही होऊ शकते. प्रत्यक्षात असा कोणताही अडथळा होऊ शकत नाही आणि असे कोणतेही साधन होऊ शकत नाही. जे अडथळा बनू शकत नाही. दृष्टिकोनाचा प्रश्न आहे की बाधक बनणार नाही. समजा तुम्हाला माहिती आहे की, ऐकले आहे, वाचले आहे, लिहिले आहे, म्हणून होत आहे. तेव्हा तर वाचक बनत नाही. आपण प्रक्षेपित करत आहोत म्हणून होत आहे. तर मग अडथळा बनत नाही आणि समजा तुम्ही म्हणालात की नाही ऐकले आहे, लिहिले आहे, तरीही होत नाही हा अनुभवच होत आहे. तेव्हा तो बाधक बनू शकणार आहे. ती खोलवर दृष्टिकोनाची गोष्ट आहे. म्हणून नेहमी यामध्ये जागरूक होण्याची जरूर आहे. जे होऊन राहिले आहे ते माझ्या ऐकण्याचे, लिहिण्या-पढण्याचे, माहिती असणाऱ्याचे संचित (साठवलेले) रूप तर नाही. हा विचार तो या विचारांमध्ये इतका मग्न राहिला की एक दिवस असे होईल की जे जे ऐकलेले, लिहिलेले, वाचलेले असेल ते तो नसेलच. आता तर सगळे ऐकलेले, लिहिलेले, वाचलेले आहेत, सारे नाही तरी त्याचा अनुभव असेल तर कोणताही उपाय नाही तोपर्यंत सगळे वाचलेले, राहिलेले आहेत.

अवघड आहे अशी कोणतीही गोष्ट नाही जी दोन्ही एकसारखी बरोबर नसू शकेल आणि तेव्हा शेवटी गोष्ट महत्त्वाची नसेल. आपला दृष्टिकोन महत्त्वाचा आहे. मी असे म्हणत नाही की, प्रत्येक गोष्टीला साधन बनवा. प्रत्येक गोष्टीला बनवाल आणि प्रत्येक गोष्टीला अडथळा समजाल, तर तुम्ही संकटामध्ये पडाल. हाही उपाय आहे. प्रत्येक गोष्टीला अडथळा ही समजा तरच ती लांब उडी होईल. प्रत्येक गोष्ट अडथळा आहे असे समजले गेले की, साऱ्या गोष्टी अडथळे आहेत. तेव्हा साऱ्या गोष्टी सोडून द्या, त्या सुटत नाहीत. नकारात्मक पद्धत तर ही आहे की सर्व अडथळे आहेत हाही अडथळा आहे. नेति नेति, हे पण नाही, हे पण नाही. ते सुटत नाही. कारण की आम्ही म्हणतो हा शिकलेला आहे, शिक्षित आहे, ऐकलेला आहे, सुटणार कसे.

तेव्हा दुसरा पर्याय हा आहे की, प्रत्येकाला साधून बनवा की आपण त्याच्यावरही पाय ठेवू, परंतु कुठे थांबणार नाही. प्रत्येक ठिकाणी उडी घेऊ. दोन्ही उपाय होऊ शकतात. म्हणून जगामध्ये साधना करण्याचे दोनच मार्ग आहेत, एक सकारात्मक, एक नकारात्मक साधनेचे दोनच मार्ग आहेत. एक प्रत्येक गोष्टीला साधन बनवेल आणि एक प्रत्येक गोष्टीला अडथळा समजून बसेल. दोन्हीमुळे काय होईल. परंतु दोन्हीही गोष्टी एकत्र होतील. समजा प्रत्येक गोष्ट अडथळा आहे तरीही तुम्ही

एकजीव व्हाल. मामला संपला. समजा प्रत्येक गोष्ट साधन आहे तरीही एकजीव झाले किंवा negativity मध्ये total झाले तर कोणतेही साधन नाही, तरीही उडी घेतली जाईल आणि Possitivity मध्ये total झाली तर साऱ्या गोष्टी साधन आहेत.

आता जसे तंत्र आहे, ते विधायक (Possitive) आहे. ते म्हणते की, साऱ्या गोष्टी साधन आहेत. गांजाही, अफूही, स्त्रीही, भोगही, साऱ्या गोष्टी साधन आहेत. ते म्हणते की, काही अडथळा नाहीच. त्यामुळे तंत्र हे म्हणणार नाही की हे वाईट आहे. ते म्हणते की, वाईट काहीही नाही. जे जे काही आहे ते साधन आहे. तंत्राला पचवणेही खूप अवघड आहे. कारण की आम्हाला माहिती आहे, काही वाईट आहे. काही चांगले आहे. त्यामुळे तर आपण एकजीव होत नाही. ते तांत्रिकही एकजीव होऊन जाते. ते म्हणते की, सारे तो गांजाही पितो आणि म्हणतो की जय भोले आता गांजा आणि जय भोले. याचं काही देणं घेणं आहे? गांजा आणि परमेश्वराचे स्मरण याचा काय संबंध? परंतु तो म्हणतो की ही गोष्ट तुझीच आहे, आम्ही त्याच्यावर ही खूश आहोत. तो म्हणतो की, आम्ही याच्यावरही खूश आहोत. तो साऱ्याचा स्वीकार करतो. अधिकार करत नाही आणि प्रत्येक गोष्टीवर मात करत चालू पडतो.

तो म्हणतो की काही अडथळाच नाही, तर आम्ही कोणत्या गोष्टीला घाबरायचे. तंत्राला घाबरवू शकत नाही. घाबरावयाचे काही कारण नाही. तुम्ही ज्याला घाबरवणार त्यालाच जवळ करणार, म्हणून शंकर त्याच्याजवळ (केंद्रावर) आले. ते विषही पितील. तेही साधन आहे. शंकरासारखा विधायक (Possitive) मनुष्य (देव) जगामध्ये झाला नाही. तरीही त्याला कोणत्याही गोष्टीमध्ये अडथळा दिसत नाही.

दुसरी पद्धत नकारात्मक (negative) आहे. जसे बुधाचे शून्य आहे किंवा कृष्णमूर्तींची गोष्ट घ्या. ती नकारात्मक (negative) पद्धत आहे. ते म्हणतात, सारे अडथळे आहेत. सारे सोडून द्या. कोणतीही गोष्ट साधना नाही. साधनाच नाही, म्हणून तुम्ही साधनेत शिरूच नका. साधनेवर जाऊ नका, पायरीवर पाय ठेवूच नका. पाय कशाला ठेवता, उडीच मारा. जर उडीच मारायची आहे, शिडीवरून उतरायचेच आहे, तर चढायचेच कशाला? चढूच नका. तुम्ही कोणत्याच शिडीवर कधीही जाऊ नका. कोणत्याही पद्धतीला, कोणत्याही Method ला कधीही पकडू नका. उडी मारण्याची तयारी तर आहेच. जर पकडणार नाही तर शिडीवर पाय ठेवू नका, चढणार नसाल तर जाणार कुठे? तेव्हा तुम्ही शुन्यामध्ये विलीन व्हाल.

हे दोनच आहे आणि या दोन्हीमध्ये खूप संघर्ष आहे. तो संघर्ष समजूतदारपणा नसल्याने आहे. या दोन्हीमध्ये मोठा संघर्ष आहे. हे दोन्ही एकमेकांचे शत्रू आहेत. हे दोन्ही एकमेकांचे खूप शत्रू आहेत. माझा त्रास हाच आहे. हे दोन्ही व्यवस्थित आहेत. त्यामुळे माझे म्हणणे तुमच्यासाठी कित्येक वेळा अडचणीचे होते. नाही तर दोन्ही व्यवस्थित आहेत. कधी मी म्हणतो की हीच आहे पद्धत, आणि कधी मी

म्हणतो की पद्धत वगैरे काही नाही. तर तुम्हाला अवघड वाटते की मामला काय आहे? कारण की जर पद्धत नाही, तर आम्ही आणि मी दोघेही बोलत राहू. कारण माझा समज हा आहे की, येणाऱ्या भविष्यकाळातील दोन्हीही गोष्टी- कारण या दोन्ही गोष्टींच्या विरुद्ध असल्यामुळे मनुष्याला खूप नुकसान सहन करावे लागले आहे. कारण की असे काहीही सांगू शकत नाही. कोणता माणूस कोणाच्या मार्गाने जाणार आहे. त्यामुळे आग्रह धोकादायक असतो. आणि हे दोन्हीही मार्ग, जेव्हा मार्ग बनले तेव्हा आग्रही झाले, अत्यंत आग्रही झाले.

आता जसे कृष्णमूर्ती आहे. अनाग्रह हा नाही. आग्रह महत्त्वाचा आहे. कारण की विधायकतेला (Possitive) सहन करू शकत नाही, हे मानूही शकत नाही की साधनही असू शकते. असूच शकत नाही. नकारात्मकतेसाठी खूप आग्रह आहे. जसे काही भक्त आहेत. भक्त आहेत, मीरा आहे, ती हे मानणारच नाही की, असेही काही होऊ शकते की साधनच नाही; ती हे मान्यच करू शकणार नाही. ती म्हणेल, सगळीच साधनं आहेत. साधना नाही असे होऊ शकत नाही आणि माझी अडचण ही आहे की माझ्या दृष्टीने दोन्हीही योग्य आहेत. परंतु मी दोन्ही गोष्टींना एकाच वेळेस योग्य आहे असे म्हटले तर तुम्ही गोंधळून जाल. मग तर तुम्ही अगदी वेडेच होऊन जाल.

म्हणून मला कधी मी एकच गोष्ट सांगतो. मी सांगतो, ज्याला negative (नकारात्मक) दृष्टिकोन होईल तो नकारात्मकतेमधून कधी सकारात्मकतेतून बोलायला लागतो. विचार करतो. कधी कुणाला सकारात्मक (Possitive)! कारण म्हणून मला खूप विसंगत व्यक्ती शोधणे खूप अवघड आहे. मला सुसंगत व्हायचे असेल तर मी सहज होऊ शकतो. त्यामध्ये काहीही अवघड नाही. एकाला स्वीकार तर सुसंगत होऊन जाईल. परंतु होऊ शकणार नाही. मी दोघांविषयीही बोलेन आणि परत हेही नक्की नाही की, तुमच्यासाठी कोणत्या क्षणी कोणती गोष्ट योग्य ठरेल. हेही पक्के नाही. असे नाही की एखाद्या माणसाला नेहमीच नकारात्मकता (negative) योग्य ठरेल.

होऊ शकते काल त्याला नकारात्मकता (negative) योग्य वाटत होती आणि आज वाटत नाही कारण की, नकारात्मकता (negative) अपयशीही ठरू शकते. त्याच्या मनाला विधायकतेकडे घेऊन आले असेल. सकारात्मकतेचे (Possitive) अपयश नकारात्मकते (negative) कडे घेऊन जाणारे असते, असे काहीही सांगू शकत नाही. म्हणून ठासून मत व्यक्त करणे धोक्याचे आहे. परंतु अस्थिरतेपासून सुटका हवी असेल, तर विसंगती अपरिहार्य आहे. विसंगत मत व्यक्त होईल म्हणून लोक मला पत्र लिहीत असतात की तुम्ही हे सांगितले आहे. तुम्ही या पुस्तकात हे म्हटलेले आहे, या पुस्तकात ते म्हटले आहे, या शिबिरात तुम्ही हे सांगितले आहे, या शिबिरात तुम्ही ते सांगितले आहे. त्यांना हे समजत नाही की त्यांना जे योग्य वाटेल त्या मार्गांनी त्यांनी जावे. हा एका अर्थाने नवीन प्रयोग आहे- एका अर्थाने.

आणि मला असे वाटते की, असंगत होण्यासारखे दुसरे कोणतेही मोठे साहस नाही, कारण खूप कटकटीचे काम आहे. सुसंगत होणे खूप फायद्याचे आहे. याची माझी पक्की खातरी आहे, पक्का हिशेब आहे. इतके सांगितल्यानंतर बोलणेच संपते. दुसरे जे आहे ते चुकीचे आहे. त्याला तर मी सोडूनच देतो (त्याचा मी विचारच करत नाही). त्याच्या बाबतीत काही प्रश्नच येत नाही. परंतु माझ्यासाठी एक दुसरा समजा; मी चुकीचे सांगत असेल, पण फक्त यासाठी सांगतो की, हा रस्ता/मार्ग तुमच्या लक्षात येईल. परंतु मी जर दुसऱ्या मार्गाला योग्य म्हटले तर या मार्गाला तितकेच चुकीचे म्हणेल. प्रत्यक्षात माझ्या दृष्टीने चुकीचे आणि बरोबर असे काहीच नाही.

दोन मार्ग आहेत, दोन प्रकारचे लोक आहेत आणि दोन्ही प्रकारच्या लोकांमध्ये दोन्ही प्रकारचे गुण आहेत आणि अवघडपणा खूप मोठा आहे. म्हणून जे पुरुष आहे- पुरुषांचे मन- पुरुष नाही- पुरुषमन, त्यांच्यासाठी विधायक (Possitive) मार्ग अधिक सोपा पडतो. एकदम सोपा पडतो. पुरुषमन कारण की ते aggression आहे, आक्रमक आहे. काही जिंकायला बघते, काही मिळवायचे असते, काही पकडून ठेवायचे असते. स्त्रीमन जे आहे ते नकारात्मक (negative) आहे. ते स्वीकारात्मक (receptive) आहे. कुणी येऊ देत, ते आक्रमक नाही, प्रतीक्षा आहे. ज्या काळामध्ये पुरुषांचा खूप प्रभाव (वर्चस्व) होता जसे याआधीच्या काळामध्ये स्त्रियांचा काहीही प्रभाव नव्हता. पुरुषांचा प्रभाव होता. येणाऱ्या काळामध्ये स्त्री हळूहळू प्रभावित होऊ लागली आणि पश्चिमेमध्ये ती अधिक प्रभावित झाली. कृष्णमूर्तीसारख्यांच्या विचारांचा प्रभावही पडू शकतो. कारण की नकारात्मकता (negativity) वाढली. परंतु ही इतकी अस्थिर गोष्ट आहे की, रोज अस्थिर असते. जे आपल्याला जे योग्य वाटेल, त्यापैकी कोणताही एक निर्णय प्रत्येक व्यक्तीने आपल्या आतमध्ये घेतला पाहिजे. समजा तिला असे वाटत असेल की साऱ्या गोष्टी अडचणींच्या आहेत, तर हा निर्णयही खूप चांगला आहे.

प्रश्न : अस्पष्ट रेकॉर्डिंग

उत्तर : प्रयोगानेही लक्षात येईल. बुद्धीचा सहभाग होईल. प्रयोगामध्येही नुसत्या बुद्धीने होणार नाही. कारण तुम्हाला कसे समजणार की, तुमच्यासाठी काय आहे. नुसत्या बुद्धीने काही समजणार नाही. कारण अनुभव घेण्याची क्षमता बुद्धीची नाही. अनुभव घेण्याची क्षमता पूर्ण व्यक्तिमत्त्वामध्ये (Personality) असते. अनुभवावर बुद्धी विचार करत नाही. समजा तुमच्या जवळ अनुभव नसेल तर बुद्धी काहीही करू शकत नाही. म्हणून प्रयोग करून बघा. प्रयोगाच्या आनुषंगाने जे हाती लागेल ते बुद्धीच्या जवळ देऊन टाका आणि तिला विचार करायला सांगा आणि

असे वाटत असेल की साधनामुळे प्रगती होत आहे तर साधनेमध्येच जा. पूर्णपणे जा. असे वाटले की काहीही प्रगती होत नाही, तर असत्यतेमध्ये जा आणि माझी अशी इच्छा आहे की, जे लोक एका पद्धतीमुळे खोलवर जात असतील, तर त्यांना मी दुसऱ्या पद्धतीची ओळख नंतर करून देईन. कारण की ती आग्रहपूर्ण राहून जाऊ नाही.

हा खूप जुना भूतकाळाचा दु:खद अनुभव आहे की जो एका पद्धतीने गेला त्याने मागे वळून पुन्हा कधीही त्याच्या विरुद्ध पद्धतीचा प्रयोग केला नाही. ते करणे खूप मौल्यवान आहे, कारण की तोपर्यंत तुमच्यामध्ये आग्रह राहणार नाही. कारण की तुम्ही म्हणाल पुन्हा सांगू शकाल की सारे मार्ग तेथेच पोहचतात आणि हेही सांगणार की तेथे पोहचण्यासाठी कोणताही मार्ग नाही. या दोन्ही गोष्टी तुम्ही सांगणार.

ध्यान आणि रेचन

प्रश्न : ओशो, कित्येकांच्या मनात आहे – खरं तर धारणा आहे की, अशा तीन दिवसांच्या शिबिरानं काय साधणार? विरेचनासारखी गोष्ट माणसाच्या आयुष्यात इतक्या सहजपणे शक्य आहे का आणि याची गरज आहे का? आपला आपण शोध घेण्यानं, स्वत:चं विश्लेषण करण्यानंच ध्यान लागू शकतं का? त्यांच्या या शंकेवर मी माझ्या पद्धतीनं काही ना काही सांगितलं; पण आपण यावर काही गोष्टी स्पष्ट केल्यात तर बरं होईल.

उत्तर : एक तर ध्यान लागू शकतं, स्वत:चं स्वत:सुद्धा लागू शकतं; पण विश्लेषणानं लागणार नाही. आपण आपल्या मनाचं विश्लेषण करणं हा फार मोठा प्रश्न नाही. कारण, ते पृथक्करण आणि विश्लेषण करते वेळीसुद्धा आपलं मनच काम करत असतं आणि हे सगळं पृथक्करण आपल्याच मनाचे दोन भाग करत असतं; त्यामुळे मन एकरूप होणं हे ना पृथक्करणानं शक्य आहे ना चिंतन-मननानं. कारण, या सगळ्या क्रिया ज्या मनाच्या माध्यमातून होणार आहेत, त्या मनालाच

बदलायचं आहे, त्याच्यातच बदल घडवायचा आहे. यासाठी एकच उपाय आहे – आपण पृथक्करण करायचं नाही आणि चिंतन-मननही करायचं नाही; पण मनाच्या बाबतीत आपण हळूहळू जागरूक होत जायचं.

या जागरूकतेत मनात थोडासा जरी पक्षपात झाला, तरी मनाचे तुकडे-तुकडे होतील. मन अंशाअंशांत विभागलं जाईल. अशावेळी आपण दोन वेगळे भाग करू; चांगला आणि वाईट आणि मन असं भंग पावलं की, मग ध्यान अशक्य आहे. ध्यानाचा अर्थच आहे– मनाची समग्र अवस्था, संपूर्ण अवस्था प्राप्त होणं. जेव्हा मी पूर्वग्रह न ठेवता, कुठलाही निर्णय न घेता, बरं-वाईट असा विचार न करता, मनात शुभ-अशुभ न आणता – जसा काही आहे – तेव्हा याबाबत मी दोन प्रकारे असू शकतो – मी जसा आहे, त्याबाबत मी निद्रिस्त असू शकतो आणि मी जसा आहे, त्याबाबत मी जागृत असू शकतो. कुठलाच निर्णय, जजमेंट नाही. कालपर्यंत मी जे काही करत होतो, ते झोपेतच करत होतो.

तुमच्यावर रागावलो - तेही बेशुद्धीत घडलं. म्हणजे रागावणं होऊन गेल्यावरच 'अरे, हा तर राग होता,' असं माझ्या लक्षात आलं आणि जेव्हा ते घडत होतं, तेव्हा ते कळलंच नाही. पृथक्करण करणारा माणूस म्हणेल की, राग वाईट आहे, त्याला मनापासून बाजूला काढा, वेगळं ठेवा. चिंतन-मनन करणारा माणूस म्हणेल की, राग वाईट आहे; पण त्याची काही बाजू असेल.

जागृती, अप्रमादात 'राग आला आहे,' एवढंच म्हटलं जाईल आणि मी क्रोधामुळे दुःखी झालेलो नाही, तर माझ्याकडून हे अजागृत अवस्थेत घडलं याचं मला दुःख आहे. तेव्हा माझी लढाई, माझं शत्रुत्व रागाशी नाही, तर माझा संघर्ष अजागृतीशी आहे.

आपण आपल्या अजागृतीशी संघर्ष करत राहिलो आणि हळूहळू आपली प्रत्येक कृती जागृतीत - जागेपणी होत राहिली, तर गंमत म्हणजे काही कृती होणारच नाहीत. उदाहरणार्थ, राग येणार नाही, घृणा वाटणार नाही, हेवा वाटणार नाही. तेव्हा जे जागेपणी - जागृतावस्थेत होईल, तेच पुण्य आहे, तेच शुभ आहे असंच मी म्हणतो आणि जे घडण्यासाठी अजागृतावस्था अपरिहार्य असेल, तेच पाप आहे, तेच अशुभ आहे. म्हणजे ज्याच्यासाठी अजागृत असणंच गरजेचं असेल, त्याच्याशिवाय जे घडणारच नाही - तेच पाप आहे.

तेव्हा ध्यान आपलं आपण होऊ शकतं, फक्त 'जागं' राहण्याची व्यवस्था करायला हवी. साधारणतः हे शक्य होत नाही. कारण, आपल्या निद्रिस्त चित्ताच्या 'आपण जागं राहायला हवं', हे लक्षात येत नाही. ते या बाबतीतही निद्रिस्त असतं. कधीकधी वाटतं, जागरूक राहण्याचं ठरवलं होतं; पण हेसुद्धा आपण जागेपणी ठरवलेलं नसतं ना! हा निर्णयसुद्धा आपण झोपेतच घेतलेला असतो; त्यामुळे ते

बरोबर वाटतं खरं; पण होत मात्र नाही. होऊ शकतं - ती फक्त शक्यता आहे आणि कधी लाख-दोन लाख माणसांमध्ये एखाद्याच्या बाबतीत तसं घडूनही जातं. साधारणपणे ही गोष्ट अगदी योग्य वाटेल खरी; पण होऊ शकणार नाही.

न होण्याची दोन-तीन कारणं असतील. एक म्हणजे, जागृत होण्याचा आपला निर्णय हासुद्धा निद्रिस्त माणसाचाच निर्णय आहे. आपण तो चोवीस तास लक्षात ठेवणार नाही. पाच क्षणांनी आपण तोही विसरून जाऊ. आत्ता आपण ते ठरवतोय न ठरवतोय तोवर प्रसंग समोर येऊन ठेपेल आणि आपण काय ठरवलंय ते आपण विसरून जाऊ.

या झोपलेल्या मनाशी संघर्ष करणं हे एक अवघड काम आहे; पण तेच झोपलेलं मनच ठरवणार आहे. दुसरी अडचण म्हणजे आपल्या मनावर अपेक्षेचा - कंडिशनिंगचा जन्मजात संस्कार आहे, तो बाधा आणेल. हे म्हणजे एखाद्या आजारी माणसाला, रोग्याला 'तू निरोगी हो' असं म्हणण्यासारखं आहे. तोही तयार होईल. आजाऱ्यालासुद्धा बरं व्हायचंच असतं. तोही म्हणेल - 'तुमचं म्हणणं अगदी मान्य आहे. बरोबर बोलताय तुम्ही; पण हे जे रोगजंतू भरले आहेत, हा ताप चढला आहे, त्याचं काय करायचं? बरं तर मलाही व्हायचं आहे.'

आपण जेव्हा एखाद्या माणसाशी बोलतो, तेव्हा तो रिकामा नसतो, भरलेला असतो. या जन्मातले संस्कार असतात आणि आपण आणखी खोलात जाऊन बघितलं तर जन्मोजन्मीचे संस्कार असतात. ते सगळे भरलेले असतात. त्यांचं ओझं त्याच्या शिरावर असतं. हे जे ओझं आहे, ते बाधा आणणार. कारण, कालपर्यंत मी जे केलं आहे, आजवर अनेक वेळा केलं आहे, त्याचा घट्ट पगडा बसला आहे, पक्क्या धारणांचे साचे तयार झाले आहेत. त्यांची चाकोरी तयार झाली आहे. मला कळतही नाही आणि ती गोष्ट माझ्याही नकळत घडून जाते. कारण, 'जिथे कमीतकमी अडसर, विरोध आहे, मन तीच गोष्ट करेल,' हा तर मनाचा स्वाभाविक नियम आहे. जीवनाचाच नियम आहे. मला जर या दारापासून त्या दारापर्यंत जायचं असेल, तर मी कमीतकमी अंतर निवडेन. स्वाभाविकपणे सरळातली सरळ रेषा निवडेन. सरळ रेषा म्हणजे दोन बिंदूंमधलं सर्वांत जवळचं, कमीतकमी अंतर. पंचवीस फेऱ्या घालून जो तिथं पोहोचेल त्याला आपण वेडा म्हणू आणि सर्वांत जवळचं आणि सर्वांत सोपं तेच आहे, जे मी केलं.

मी रागावलो आहे - कोट्यवधी वेळा. रागावलो नाही असं कधी झालंच नाही; त्यामुळे कोट्यवधी वेळा केलेल्या रागाचा आपला एक पाट तयार झाला आहे. इकडे जोर आला की, लगेच त्या पाटात सोडला गेलाच म्हणून समजा. तो पाट अगदी तयार आहे. वाट पाहतोय. दुसरा कुठला पाट नाही. तेव्हा पर्याय फार कमी आहेत. जेव्हा रागाची परिस्थिती निर्माण होईल, तेव्हा तुम्ही पुन्हा रागावणार, हीच

शक्यता आहे. तुम्हाला परत पश्चात्तापही होणार, या पश्चात्तापाचीसुद्धा चाकोरी आहे. हीसुद्धा प्रत्येक वेळी रागाच्या जवळ असणारी वाट आहे - दरवेळी तुम्ही रागावला आहात आणि दरवेळी पश्चात्तापही पावला आहात. तेव्हा रागाचीसुद्धा एक वाट तयारी झाली आहे, तशी रागानंतर पश्चात्तापाची वाटही तयार आहे. ती तिचीच सावली आहे. यातही तुम्ही काही नवी गोष्ट करत नाही आहात. आधीही रागावत होतात, आधीही पश्चात्ताप केला होतात. आता पुन्हा रागावलात, आता पुन्हा पश्चात्ताप केलात. त्याच्याच जवळ शपथ घेण्याचाही मार्ग तयार आहे. या सगळ्या वाटा तयारच आहेत. 'आता रागावणार नाही,' अशी आधीही शपथ घेतली होतीत आणि आता पुन्हा 'आता रागावणार नाही,' अशी शपथ घ्याल; पण जी गोष्ट याआधी बऱ्याचदा घडली आहे, तेच सगळं पुन्हा घडतंय, हे लक्षात येणार नाही. आणि हे जितके वेळा पुन:पुन्हा होत राहील, तितकं ते पक्कं होत जाईल.

तिसरी गोष्ट ही की, आम्ही जे काही केलं आहे, ते कधीच पूर्ण केलेलं नाही. रागसुद्धा आम्ही पुरता केलेला नाही. घृणासुद्धा पूर्णपणे केलेली नाही. आम्ही पूर्णपणे शत्रूसुद्धा कधी झालो नाही. एखाद्याचा जीव घ्यावा, असं आम्हाला वाटलंय नक्की; पण मारलंच नाही. स्वत:ला सुद्धा आत्महत्या करावीशी वाटली; पण केली नाही. तेव्हा जे काही आम्हाला करावंसं वाटलंय, त्याचा एक अंश आम्ही दाबून टाकला आहे. ते आमच्या दडपणाचं, दबावाचं ओझं आहे. ते सारखं वाट बघत असतं. तुम्ही जे दाबून, अडवून ठेवलं आहे, तेच करायला ते उद्युक्त करत असतं. तेव्हा इकडे कालवा खोदलेला आहे, तिकडे सगळ्या मोठ्या शक्ती, जोर एकत्र आलेला आहे. 'आता राग आवरा,' असं तो सांगतोय. कारण, आता ओझं डोईजड झालंय, ते उतरायला बघतंय. या तीन गोष्टी आपले सगळे निर्णय उद्ध्वस्त करतात. तुमच्याच्यानं ध्यान होणार नाही.

या तीन गोष्टींतून मार्ग काढण्यासाठी मी ज्याला ध्यान म्हणतो, ती सोय आहे. म्हणून विरेचन हा त्यातला माझा पहिला भाग आहे. विरेचनात दोन गोष्टी आहेत. एक म्हणजे जे माझ्यात बऱ्याच काळापासून दाबून ठेवलेलं आहे, ते मोकळं करायचं आहे, ते बाहेर काढायचं आहे, त्याचं रेचन करायचं आहे. आता हे जे जुनं-पुराणं दाबून ठेवलेलं आहे, ते जर दुसऱ्यावर मोकळं केलं, तर पुन्हा त्रास सुरू होणार. माझ्या आत दाबून ठेवलेल्या रागाचं एक प्रमाण आहे - समजा, तो राग मी तुमच्यावर काढला, तर तुम्हीही नुसते बघत बसून तर राहणार नाही. तुम्हीही प्रत्युत्तर द्याल. तुम्हीसुद्धा माझ्यासारखे माणूस आहात. तुम्हीपण दंडुका घेऊन उभे राहाल. तेव्हा मी जितका राग बाहेर काढेन, तुम्ही त्याच्या दुप्पट उट्टं काढाल. दुपट्ट राग निर्माण कराल. मग पुन्हा त्याला दाबून ठेवावं लागेल. कारण, ही साखळी कुठेतरी तोडावी लागेल. मग पुन्हा दाबून ठेवणार.

तेव्हा कुणावर राग काढल्यानं कधी रेचन होऊ शकत नाही. आपण आजवर कुणावर तरी राग काढतच राहिलो आहोत आणि रेचन झालेलं नाही. म्हणून– कॅथार्सिस इन व्हॅक्यूम, कॅथार्सिस अनडायरेक्टेड. – रेचन हवेत – रेचन अप्रत्यक्ष. मी माझा राग बाहेर काढावा हे तर गरजेचं आहे; पण दुसऱ्या कोणावर नाही. हवेत काढावा – मोकळ्या जागी काढावा – जिथे पलटवार – प्रतिक्रिया उमटणार नाही. पलटवार नसेल, तर मला आणखी नव्यानं राग येणार नाही आणि दुसरी एक गंमत होईल : हवेवर मी राग काढला, तर तुम्हाला ते जवळपास वेडेपणाचं वाटेल. म्हणून सामूहिक ध्यानावर सुरुवातीला माझा जोर आहे – आग्रह आहे. एकटे असलात की तुम्ही अगदीच वेडे वाटाल. एकटेपणात तुम्हाला वाटेल की, 'मी हे काय करतोय?' आणि गंमत म्हणजे जर शे-दोनशे माणसं तेच करत असतील तर तुम्ही वेडे वाटणार नाही. कारण, 'मी एकटाच करत नाही – हे एकशे नव्याण्णव लोकपण हेच करताहेत,' असं तुम्हाला वाटतं.

खरं तर आपण वेडे असण्याचा आणि नसण्याचा निर्णयसुद्धा समूहानं दिलेला असतो. आपण वेडे आहोत की नाही हेसुद्धा समूहच ठरवतो. एखाद्या प्रदेशात दोन माणसं मिळून जर नाक घासून नमस्कार करत असतील, तर तो वेडेपणा ठरणार नाही. कारण, सगळा प्रदेश तसंच करतोय. आज मुंबईत जाऊन जर नाक घासून कोणाला नमस्कार करू – तर आपण वेडे ठरू. तो माणूसही चकित होईल, आसपासची माणसंही बघायला लागतील. मग फरक काय आहे? फरक एवढाच आहे की, इथे आपण एकटे पडलो आहोत आणि तिथे सगळी माणसं तसंच, तेच करताहेत.

आफ्रिकन बाई मुंडण करून सुंदर दिसते. कारण, बाकीच्याही सगळ्या बायका मुंडण करून सुंदर वाटतात. हिंदुस्थानात कुठलीही बाई मुंडण करून घ्यायला तयार होणार नाही. 'मला विद्रूप करायचं आहे का? मला काय हडळ-जाखिण करायचंय आहे का?' - असं ती म्हणेल. आफ्रिकन बाई ते का करू शकते? कारण, बाकीच्या बायकांची गर्दीही तेच करते. खरं म्हणजे, 'आपण एकटे तर पडलो नाही?' यावरूनच आपण वेडे असल्याचं किंवा वेडे नसल्याचं आपल्याला कळून येतं.

तेव्हा हे 'रेचन' आपण एकांतात सुरू करू शकणार नाही, असं माझं स्पष्ट मत आहे. करू शकलात तर चांगलं आहे. एकांतात कुणी रेचन करू शकलं तर माझी काही हरकत नाही; पण करू शकणार नाही. 'मी ठोसा मारतोय तरी कोणाला?' असं एकांतात त्याला स्वत:लाच वाटेल. कारण, ठोसा नेहमी दुसऱ्यालाच मारायची आपली सवय आहे. हवेत ठोसे मारले तर 'मी हा काय वेडेपणा करतोय?' असं म्हणून आपणच आपल्याला वेडे समजू.

आपण फक्त वेड्यांनाच हवेत ठोसे मारताना बघितलंय. हवेत ओरडत जाताना वेड्यांनाच बघितलंय. समोर, आसपास कोणीच नाही पण बोलत राहिलेत– असं फक्त वेड्यांच्याच बाबतीत बघितलंय. आपण तर सगळी शहाणी माणसं आहोत - समोर कोणी असेल, तर बोलतो; समोर कोणी असेल, तर ठोसा मारतो; समोर कोणी असेल तर क्षमा मागतो; समोर कोणी असेल तर ओरडतो. काही कारण असेल तर आपण रडतो; काही कारण असेल तर आपण हसतो. आपण विनाकारण - अकारण काहीच करत नाही. नीट लक्षात घेतलं तर पाहा - अकारण गोष्टी करणाऱ्यालाच आपण वेडा म्हणतो. एखादा माणूस आत्ता इथे बसल्याबसल्या अचानक जोरजोरात हसायला लागला, तर आपण त्याला वेडा म्हणू. कारण, आता तसं हसण्यासारखं काहीच घडलं नव्हतं, काहीच चर्चा झाली नव्हती - असं आपण म्हणू. 'चर्चा झाली असेल, काही मुद्दा सापडला असेल, काही कारण घडलं असेल, तर हसावं - ते चालेल,' असं आपण म्हणू.

तेव्हा म्हणून विरेचन समूहातच सुरू करणं शक्य आहे, असं मला वाटतं. एकांतात विरेचन करण्याचं धाडस असणारी माणसं फार कमी आहेत आणि एकांतात कुठल्या ना कुठल्या प्रकारची आडकाठी येणारच. एकांतात - कारण, तुम्ही एकटेच आहात आणि 'मी हे जे काही करतोय, ते काय करतोय? वेडेपणा तर नाही करत?' असं सतत तुम्हाला वाटत राहणार.

पण हेच दोन हजार माणसं करताहेत, दहा हजार माणसं करताहेत– म्हणून माझा हेतू हाच आहे की, हे जितक्या मोठ्या, व्यापक प्रमाणावर केलं जाईल, - दहा हजार माणसं करतील - तर तुम्हाला ते आणखी सोपं वाटेल. त्यावेळी तुम्हाला 'वेडं' ठरायची भीती वाटणार नाही. दहा हजार माणसं वेडी नाहीत आणि तुम्ही ते सगळे चेहरे बघताय - जे वेडे नाहीत. तुम्हाला तुमच्या चेहऱ्याबाबत शंका असू शकते. सगळ्याच माणसांना 'आपण कधी तरी वेडे ठरू शकू' अशी शंका येत असते. कारण, ते आपल्या स्वत:च्या आत जे बघतात, त्यांना जे दिसतं, ते वेडेपणाच्या जवळ जाणारंच असतं. आपण नेहमी ज्वालामुखीवरच बसलेलो आहोत, असंच म्हणायला हवं; पण जेव्हा गावचा न्यायाधीश तेच करतोय, वकीलही तेच करतोय, डॉक्टर आणि प्रोफेसरही तेच करतोय, म्हाताराही करतोय आणि तरणाही करतोय, हे तुम्ही बघता – तेव्हा एकदम आतून तुमच्या लक्षात येतं, तुम्हाला जाणवतं की, काहीतरी वेडेपणा चालला आहे. हे जाणवणं फार गरजेचं आहे. अन्यथा विरेचन होऊ शकणार नाही. म्हणून विरेचन हे सामूहिकच होऊ शकतं.

पाश्चिमात्य देशांत हल्ली गट चिकित्सेवर - ग्रुप थेरेपीचं महत्त्व वाढलं आहे. ते योग्य आहे, असं मला वाटतं. त्यांनासुद्धा एका माणसाला एकांतात त्याचा मेंदू

दुरुस्त करणं अवघड वाटायला लागलंय; पण एखाद्या ग्रुपमध्ये त्याला बरं करणं जास्त सोपं होतं. कारण, ग्रुपमध्ये तो मोकळा - अॅट इज होतो. हे थोडं लक्षात घेण्यासारखं आहे. पाहा - एखादा एकदम निरोगी - ज्याला आपण 'नॉर्मल' म्हणू - अशा माणसालाही दोन-चार वर्षं एखाद्या खोलीत कोंडून घातलं, तर तो वेडा होईल. माणूस तर तोच आहे. एकटा काय करणार? फक्त एकटेपणानंच तो वेडा होणार नाही; पण मग तो वेडा का होतोय? खरं तर या एकटेपणात तो तशाच, त्याच कृती करायला लागेल, ज्या तो त्याच्याबरोबर दुसरं कोणी असताना करत असे; पण तेव्हा त्याच्यापाशी कारण होतं, आता मामला 'विनाकारण' झाला. त्यावेळी तो रागावला होता, म्हणाला होता, 'माझ्या रागालाही कारण आहे - मुलानं चूक केली आहे.'

आत्तासुद्धा राग येईल. कारण, राग ही काही बाहेरच्या गोष्टींवर अवलंबून गोष्ट नाही, तो आपल्या आतल्या स्थितीशी संबंधित आहे. आत्ताही राग येईल. आता ना मुलगा आहे, ना बायको आहे. कोणीच नाही. फक्त भिंती आहेत. आता तो कोणावर रागावणार? काही दिवस तो रागाला आवर घालेल, दाबून ठेवेल आणि मग मात्र गोष्टी त्याच्या हाताबाहेर जातील. मग तो भिंतींना शिव्या द्यायला लागेल. ज्या दिवशी तो भिंतीला शिवी देईल, त्या दिवशी 'आपण वेडे झालो आहोत,' हे त्यालाही कळेल आणि 'हा माणूस वेडा झाला आहे. कारण, आता हा विनाकारण कृती करायला लागला आहे,' हे बाहेरच्या माणसांच्याही लक्षात येईल.

कॅथार्सिस - विरेचन म्हणजे - जे आपण नेहमी एखाद्या व्यक्ती, वस्तूबाबत केलं, ते सकारण होतं, तेच आता आपण विनाकारण - अकारण करतोय - अनडायरेक्टेड. तेव्हा यासाठी मोठा ग्रुप असेल, तर सोपं जाईल, हे एक आणि दुसरं म्हणजे हे जर आपण अकारण केलं, तर जो राग नेहमी काही कारणामुळे येत होता, बांधीव पाटातून वाहत होता. बांधीव पाटाची नेहमी एक दिशा असते. आता हा राग अकारण आहे, त्यामुळे भरून वाहील - ओव्हर फ्लो होईल. दिशाहीन असल्यामुळे याचा निश्चित मार्ग नसेल. कारण, जर तुम्हाला माझ्यावर रागावायचं असेल, तर तुमच्या आणि माझ्यादरम्यान रागाचा एक मार्ग तयार होतो; पण आता मी दुसऱ्या कोणावर रागावत नसेन तर तो दिशाहीन होईल आणि विरेचन अदिशच होऊ शकतं. जर त्याला दिशा मिळाली, तर विरेचन होणार नाही. विरेचनात तो ओव्हर फ्लो होईल, पुरासारखा होईल; किनारे तोडून टाकेल.

किनारे उद्ध्वस्त व्हायची गरज आहे, तरच तुम्ही पूर्णपणे रिकामे, मोकळे होऊ शकता, ही पहिली गोष्ट. कारण, जन्मोजन्मीचा साठलेला इतका राग आहे, इतकी इच्छा, वासना आहे, इतकी कामभावना आहे - सगळं साठून आलं आहे, ते सगळं पूर्णपणे वाहून जायला हवं - सगळ्याचा निचरा व्हायला हवा. दुसरं

म्हणजे, जेव्हा तो हा बांध तोडून वाहतो, तेव्हा परत त्यातून वाटा तयार होत नाहीत. तो वाहून जातो तेव्हा जागा रिकामी होते आणि बांधीव वाटाही उरत नाहीत आणि एकदा तुम्ही राग विनाकारण वाहून जाताना बघितलात, विनाकारण रागाचा एकदा जरी अनुभव घेतलात, तरी तुम्ही रागासाठी कधीही कारण शोधणार नाही आणि एकदा तुम्ही ते सगळे मार्ग उद्ध्वस्त होऊन वाहून जाताना बघितलंत - ते सगळे जुने बांधलेले रस्ते नष्ट झाले, जुने घाट उद्ध्वस्त झाले; जुन्या, होऊन गेलेल्या गोष्टींचा पश्चात्ताप संपला, प्रायश्चित्त घेऊन झालं - हे सगळं संपलं - होऊन गेलं.

हे मन सवय आणि दमन – दोन्हीतून मोकळं - मुक्त झालं की, मग ज्याला मी जाणीव जागृती म्हणतो, ते सहज सोपं होऊन जाईल.

'हे तीन दिवसांत कसं होणार?' असं सगळ्यांना नेहमी वाटतं.

वेळाच्या बाबतीतही आपल्या विचित्र कल्पना आहेत.

एखाद्या गोष्टीचं तंत्रज्ञान कमी विकसित असेल, तर वेळ जास्त लागतो आणि तेच जास्त विकसित असेल, तर वेळ कमी लागतो. हे खरं तर आपल्या लक्षात येत नाही. दिल्लीला तासाभरात पोहोचता येतं, अशी कल्पनासुद्धा बैलगाडीच्या जमान्यातला माणूस करू शकणार नाही. त्याचं तासाभरात दिल्लीला पोहोचणं हे आंतरिकदृष्ट्या अवघड नाही; पण त्याच्या डोक्यात बैलगाडीच्या तंत्रज्ञानाचा अवघडपणा आहे. वेळेचं त्याचं गणित बैलगाडीचं आहे. तो अनुभवानं सांगतो आहे. तासाभरात दिल्लीला पोहोचता येणं हे शक्यच नाही, असं तो अनुभवानं सांगतोय आणि तुम्ही चंद्रावर पोहोचणंही शक्य नाही, असं म्हणतो. कारण, तुम्ही बैलगाडी चंद्रावर कशी घेऊन जाणार? दोनशे वर्षांपूर्वी चंद्रावर पोहोचणं हे फक्त लहान मुलांच्या गोष्टीत लिहिणंच शक्य होतं. चंद्रावर जाण्याच्या बाष्कळ गोष्टी मुलंच करू शकत होती. कुठलाही बुद्धिमान, प्रौढ माणूस 'हे काय खुळ्यासारखं बोलणं?' असंच म्हणाला असता. कारण, आपल्याकडे उपलब्ध असलेली प्रवासाची साधनं आणि चंद्रावर जाणं याचा काही संबंधच नव्हता.

ध्यानाच्या बाबतीतही तेच आहे. आपली ध्यानाची अवस्था 'बैलगाडी'पाशीच थांबली आहे. म्हणजे ज्या काळात बैलगाडी सर्वसामान्यांचं प्रवासाचं साधन होती आणि घोडा हेच सर्वांत वेगवान वाहन होतं, त्या काळात ध्यानासाठी जी तंत्रं विकसित केली होती, ती तिथंच थांबली होती. त्यांच्यात पुढं काही प्रगती झाली नव्हती. बैलगाडी तर विमानापर्यंत पोहोचली; पण ध्यान मात्र तिथंच थांबलं आहे.

आत्तासुद्धा आपण ध्यानाचा शोध घ्यायला लागतो तेव्हा साहजिकच महावीर आणि पतंजलींचा अभ्यास करायला लागतो; पण पतंजलींचा जमाना बैलगाडीचा होता आणि पतंजलीचं वेळाचं गणित हे बैलगाडीच्या वेळाचं गणित आहे, हे

आपल्या लक्षात येत नाही आणि बैलगाडीच्या जमान्यात विकसित केल्या गेलेल्या ध्यानाच्या पद्धतींची चर्चा तुम्ही जेटच्या जमान्यात कराल, तर तुमच्या हातानंच ध्यानाला मागे खेचताय, हरवताय.

'ध्यान ही एका जन्मातली गोष्ट नाही, तीन दिवसच काय एक जन्मसुद्धा त्यासाठी कमी पडेल. ध्यान ही एका जन्मात साधणारी गोष्ट नाही, त्यासाठी कित्येक जन्म घ्यावे लागतात,' अशी त्या काळातली सर्वसामान्य धारणा होती. त्या काळी जगण्याची जी गती होती, त्या काळी ते ठीक होतं. असंच होणार, असं वाटायचं. ते समजून घ्यायचा दुसरा मार्गही नव्हता. ज्यांना ते साधलं होतं, तेसुद्धा 'हा जन्मोजन्मीचा प्रवास आहे,' असंच म्हणत होते. त्यांचंही म्हणणं चूक नव्हतं, ते अनुभवानंच सांगत होते; पण ध्यानाचा काळाशी काही संबंध नाही. ना ध्यानाला काळाशी काही देणं-घेणं आहे, ना गतीला काळाशी देणं-घेणं आहे. काळ आणि गती यांच्या दरम्यान 'काय होणार?' हे तंत्र ठरत असतं.

आता जर आम्ही तुम्हाला आयुर्वेदीय औषध दिलं, तर त्याचा एक काळ-वेळ असेल, ते औषध खरं तर बैलगाडीच्या जमान्यात विकसित केलेलं होतं. ॲलोपॅथीचं इंजेक्शन तेवढा वेळ लावणार नाही. ते बैलगाडीच्या जमान्यातलं नाही. माझं स्वतःचं असं म्हणणं आहे की, जगात जेव्हा एका पातळीवर वेग वाढतो, तेव्हा सगळ्याच पातळ्यांवर वेग वाढायला हवा - नाहीतर ती व्यवस्था कोलमडून पडते, ती एकमेकांशी सुसंगत राहत नाही.

बघा, पश्चिमेत पन्नास-साठ वर्षांपूर्वी फ्रॉईडनं जी मानसचिकित्सा विकसित केली होती, ती आता उपयोगी ठरत नाही. कारण, त्याचा कालावधी बराच मोठा आहे. जर फ्रॉईडच्या पद्धतीनं विश्लेषण करून घ्यायचं असेल, तर तीन वर्षंही लागू शकतात, दहा वर्षंसुद्धा लागू शकतात. किमान दोन-तीन वर्षं तर लागणारच आहेत. मग हे गरीब माणूस करवून घेऊच शकत नाही आणि ज्याला हे दोन-तीन वर्षं करवून घेणं परवडेल, त्यालाही लागोपाठ दर आठवड्यात कमीतकमी तीन सीटिंग घेता येतील - हे खूपच खर्चिक आहे. तेव्हा आता यापुढे फ्रॉईड चालणार नाही. कारण, त्याची पद्धत अगदीच 'बैलगाडी'वाली आहे. तीन वर्षं... एखाद्या माणसाला थोडा मानसिक आजार-मनोविकार आहे, त्याच्यावर उपचार करायला जर अशी तीन-तीन वर्षं लागली, तर आजार राहिला बाजूला; उपचार हाच मोठा आजार होईल. हा उपचार नाही करता येणार. कितीजणांना एवढा वेळ आहे, कितीजणांकडे एवढा पैसा आहे की, लहान-मोठ्या मानसिक आजारांसाठी ते एवढी तीन-तीन वर्षं घालवतील? हे उपयोगाचं नाही.

त्यामुळे गेल्या पंधरा वर्षांत मानसशास्त्रज्ञांना हे सगळं कमी वेळात, लवकर कसं होईल यासाठी जलदगती उपाय शोधावे लागले आहेत. आता जो माणूस

एक-एक मिनिट वाचवतोय, एक-एक मिनिट वाचवण्यासाठी आयुष्य पणाला लावतोय, त्या माणसाला जर तुम्ही 'तुझ्या मनोविश्लेषणाला तीन वर्षं लागतील बाबा,' असं सांगितलंत, तर तो म्हणेल, 'मग ते पुढच्या जन्मी बघू!'

पण तीन वर्षंसुद्धा एक वेळ समजू शकतो. आपल्या इथे ध्यानाच्या संदर्भात ज्या भाषेत बोलतात ती जन्मजन्मांतराची असते.

पण ही काही अडचण नाही, असं माझं स्वतःचं मत आहे. हे फक्त तंत्रज्ञान विकसित नाही. मी ज्या तंत्रज्ञानाबद्दल बोलतोय, ते जर तीन दिवस चोवीस तास अमलात आणलं, तर तीन दिवसही खूप झाले. चोवीस तास जर तीन दिवस ते केलं, तर तीन दिवस कमी नाहीत, गरजेपेक्षा जरा जास्तच आहेत आणि तुम्हाला डोईजड होऊ शकतात. कारण हे विरेचन आहे, ही एक गोष्ट. हे विरेचन काही सामान्य घटना नाही - जर अनेक दिवसांनी हे केलं तर! जर यासाठी आपण तीन दिवसांऐवजी तीन वर्षं लावली, तर जितक्या थोड्या प्रमाणात तुमच्यातून काही बाहेर पडेल, तितक्याच प्रमाणात रोज तुम्ही निर्माणही कराल. म्हणून हे लांबवून चालणार नाही.

समजा, आपण हे घर झाडायला चोवीस तास लागतील इतक्या हळूहळू झाडलं, तर दुसऱ्या दिवसापर्यंत आपण झाडतच बसू आणि तोवर पुन्हा घरात केर व्हायला लागला असेल. केर तर काय चोवीस तास होतच राहणार आहे. तेव्हा घर स्वच्छ करायला जर चोवीस तास लागणार असतील, तर घर झाडायचा काहीच उपयोग नाही. झाडायलाच नको. त्याला काही अर्थच नाही. कारण, इकडे तुम्ही झाडून स्वच्छ करताय - तोवर तिकडे पुन्हा केर झालेला असेल आणि मग कुठल्याही परिस्थितीत हे घर कधीच स्वच्छ दिसणार नाही.

तेव्हा विरेचनाचा तर कुठलाही प्रयोग इंटेन्स - समग्र असायला हवा ही पहिली गोष्ट. म्हणजे नवा कचरा गोळा व्हायच्या आत तुम्ही मोकळे, स्वच्छ झालेले दिसायला हवेत, नाही तर तसे दिसणारच नाही. आपण जर अगदी छोट्या मात्रेचे डोस दिले, होमिओपॅथीचे डोस असतील, तर चालणार नाही. कारण, ते इतक्या हळू, धीम्या गतीनं लागू पडणार आणि तुमचे आजार इतके आहेत की, जेवढे आम्ही बरे करू, त्याच्यापेक्षा जास्त आजार घेऊन तुम्ही उद्या हजर होणार! त्यामुळे इतक्या मंदगतीनं विरेचन होऊ शकत नाही.

दुसरी गोष्ट म्हणजे हे खूप जास्त गतीनंही करता येत नाही. कारण, तुमचे आजारच तुमचं व्यक्तिमत्त्व आहे. त्याला जर एकदमच काढून टाकलं तर तुम्ही घाबरूनच जाल. तेव्हा हे तीन दिवसांपेक्षा कमी दिवसांतही होऊ शकतं. माझ्या दृष्टीनं तर हे चोवीस तासांतही होऊ शकतं, आठ तासांतही होऊ शकतं; पण आठ तासांत इतकी तीव्र प्रक्रिया असेल आणि मधला वेळ इतका जास्त असेल की, मग

'आठ तासांपूर्वी आपण जे होतो, तेच आपण आत्ता आहोत,' असं तुम्हाला ओळखताही येणार नाही. तुमचं व्यक्तिमत्त्व कोलमडेल याची भीती आहे.

तेव्हा स्वच्छता इतकी मंद गतीनंही नसावी की पुन्हा कचरा साठावा आणि इतकी जास्त गतीनंही नसावी की, सगळं घरच धुवून निघेल. इतक्याही वेगानं होऊ शकते. बुलडोझर लावून स्वच्छता केली असेल, तर कल्याणच झालं! तुम्ही जेव्हा स्वच्छ घर बघायला याल, तेव्हा तुम्हाला दिसेल की, घर इतकं स्वच्छ आहे की, तिथे काही उरलेलंच नाही - कचराही नाही आणि घरही गेलं.

प्रत्येक माणसाचं स्वतंत्र व्यक्तिमत्त्व असतं. स्वत:ची अशी ओळख असते. आजारी-रोगी-निरोगी जे असेल तसं तुमचं स्वत:चं व्यक्तिमत्त्व आहे. ते इतक्या मंद गतीनंही स्वच्छ करायचं नाही की, पुन्हा तुम्ही मूळ पदावर याल. इतक्याही झटक्यात स्वच्छ करायचं नाही की, 'मी कोण आहे?' असं आठ तासांनी तुम्ही स्वत:लाच विचाराल – असं झालं तर अवघड होऊन जाईल.

त्यामुळे मी खूप विचार करून, प्रयोग करून हे तीन दिवस ठरवले आहेत. लवकरच त्याचे सात दिवसही मला करावेसे वाटताहेत; पण त्याचीही भीती वाटतेय. कारण, सात दिवसांत तुम्ही अंतरंगात इतके खोलवर जाल की, तुम्हाला परत यावंसं वाटणार नाही. तेव्हा तीन दिवसांत मी तुम्हाला इतक्याच खोलात घेऊन जाईन की, तुम्हाला काही गोष्टी अनुभवताही येतील आणि आपल्या जुन्या चौकटीत परतही येता येईल. याच एकाग्रतेवर सात दिवस, पंधरा दिवस, एकवीस दिवसपर्यंत हा प्रयोग लांबवता येऊ शकतो; पण एकवीस दिवसांनंतर तुम्ही परतायला नकार दिलात तर? तुमचं तर काहीच नुकसान होणार नाही, माझंही काही बिघडणार नाही; पण या जगाचं धर्मामुळे जे काही नुकसान होतंय, ते व्हायला सुरुवात होईल.

धर्मामुळे मुळातल्या गोष्टींचीच हानी होते, असं मला म्हणायचं नाही. धर्मानं ज्या लोकांना अंतरंगात नेलं ते संन्यासी होतील, पळून जातील असं माझं मत नाही. कोणीही पळपुटं व्हावं असं मला वाटत नाही. तुम्ही आयुष्यात आत्ता जिथे आहात, तिथेच तुमच्या बाबतीत काही घडावं, या मताचा मी आहे. कारण, त्याचा परिणाम जास्त होईल, असं मला वाटतं. कारण, तुम्ही या जगाशी आसपास जोडले गेलेले असता. ते जगसुद्धा तुमच्यामुळे बदलेल. जोवर आजारी होतात, तोवर बायकोबरोबर होतात आणि बरे झालात - मग सोडून गेलात. म्हणजे आजारी माणूसच बरा होता म्हणायची वेळ आली. हा तर कर्तव्याचा भाग होता, असंच मला वाटतं; पण आता हा प्रेमाचा अविभाज्य भाग असायला हवा की, ज्या दिवशी मी शांत होईन, त्या दिवशी मी माझ्या बायकोला शांत कसं करता येईल, याची काळजी घ्यायला हवी. कारण, माझं आजारपण मी तिच्यावर लादलं, राग तिच्यावर काढला, घृणा तिचीच

केली, भांडलोही तिच्याशीच; पण तिच्याशी कधी प्रेमानं वागलो नाही. आता मी तसं करू शकतो, तर आता मी दूर चाललो!

तेव्हा एखाद्याच्या आयुष्याची घडी विस्कटावी असं माझं म्हणणं नाही; त्यामुळे कालावधी वाढवूही शकत नाही आणि हा कालावधी वाढवण्यानं धर्माबद्दल एक भीती बसली. लोक घाबरतात. नवरा उत्सुक असतो - बायको घाबरते, बायको उत्सुक असते तर नवरा घाबरलेला असतो, मुलगा उत्सुक असतो तेव्हा बाप घाबरत असतो. कशी गंमत आहे बघा - आपल्या मुलानं गुंड व्हायचं की संन्यासी - असा एखाद्या वडिलांसमोर पर्याय असेल, तर वडिलांची पसंती मुलानं गुंड होण्याला असेल. कारण मुलगा निदान घरात तरी राहील. गुंड घरी परतण्याची शक्यता आहे, संन्यासी घरी परतण्याची काहीच शक्यता नाही. मोठी मजेशीर गोष्ट आहे की, बुद्धाचे वडील आनंदी नाहीत. म्हणजे बुद्धाच्या संन्यासी होण्यानं ते जितके त्रस्त झाले, तितका त्रास त्यांना बुद्ध चोर झाले असते तरी झाला नसता. स्वाभाविकही आहे म्हणा!

तेव्हा मला काही उद्ध्वस्त करायचं नाही. म्हणून हा कालावधी वाढवताना मी सारखा विचार करतोय. तो वाढवणं अवघड आहे; पण तो यापेक्षा कमी करणंही शक्य नाही. तीन दिवस हे मी विचारपूर्वकच ठरवलं आहे. माणसाच्या मनात घर केलेले असे काही नियम आहेत. उदाहरणार्थ, तुम्ही नव्या घरात गेलात, तर कदाचित तीन दिवस तुम्हाला त्या घरात झोपच येणार नाही आणि पहिले तीन आठवडे तर ते घर तुम्हाला नवं वाटेल; तीन आठवड्यांनंतर तसं नाही वाटणार. कुठलीही नवी गोष्ट स्वीकारायला मनाला तीन आठवडे लागतात. तिसऱ्या दिवसापासून मन स्वीकारायला सुरुवात करतं आणि तीन आठवड्यांनं ते पूर्ण स्वीकारतं.

म्हणून माणूस मेल्यावर आपण तिसरा दिवस पाळतो. आता नवी ॲडजेस्टमेंट – नव्यानं जुळवून घेणं. घरातील एक माणूस कमी झाला. तीन दिवसांत आपण ते मान्य करू. मग आपण तेरावा दिवस पाळतो. आपण आणखी थोडं मान्य करतो. मग हळूहळू मान्य करत जातो. तेव्हा हा कालावधी काही विचार करूनच, बऱ्याच अनुभवांती ठरवलेला आहे. एक-दोन दिवसांचा फरक होऊ शकतो; पण तीन दिवसांमागचा माझा असा विचार आहे की, काम करण्यासाठी तीन दिवस हे लहानातलं लहान एकक आहे आणि या प्रक्रियेचा वेग इतका आहे की, जर तुम्ही प्रामाणिकपणे तीन दिवसांची ही प्रक्रिया पूर्णपणे केलीत, तर फरक पडायला सुरुवात होईल.

तुम्ही जर मोकळे, रिकामे झालात; तुमची जुनी ओझी आणि जुन्या सवयींची बंधनं तुटली की, मग तुमच्या ध्यानधारणेला गती देता येऊ शकते आणि म्हणून प्रत्येक प्रयोगानंतर दहा मिनिटांची जी गॅप आहे, मधला वेळ आहे, तो गती

देण्याचा वेळ आहे. अर्धा तास - तीस मिनिटं तुम्ही काहीतरी रिकामं करताय, काही तोडून टाकताय, काहीतरी भरून वाहू देताय आणि दहा मिनिटं फक्त वाट पाहताय. त्या दहा मिनिटांत ध्यान लागायला सुरुवात होईल. ज्या दिवशी त्या दहा मिनिटांत ध्यान लागेल, त्या दिवशी त्या दहा मिनिटांत तुमच्या आत जे उतरेल, ते हळूहळू चोवीस तास तुमच्याबरोबर राहायला लागेल. कारण, ते खूप आनंददायी आहे.

शिवाय माझा अनुभव असंही सांगतो की, अशांतीचं दुःख, अस्वस्थपणाचं दुःख आपल्याला माहीत आहे. शांतीचं सुख ठाऊक नाही. म्हणून आपल्यापाशी जास्त पर्याय नाहीत, निवडीला वाव नाही. 'राग वाईट आहे,' असं आपण सारखं म्हणतो. पण 'राग नसणं' हे आपल्याला माहीतच नाही. मग आपण निवड कशी करणार? 'हे जग असार आहे' असं आपण नेहमी म्हणतो; पण मुक्तीचा आनंद आपल्याला ठाऊकच नाही. आपण ज्या गोष्टीला नावं ठेवतोय, वाईट म्हणतोय, जिची निंदा करतोय, फक्त तीच गोष्ट आपल्याला माहीत आहे आणि आपल्याला जी अपेक्षित आहे ती पूर्णच अपरिचित आहे. आणि जी गोष्ट अनोळखी, अपरिचित आहे, तिची निवड करता येत नाही. तिची गोडी तर कळायला हवी. एकदा जरी ती चाखायला मिळाली तरी...

एखाद्या माणसाला फक्त अंधार आणि अंधारच माहीत आहे. 'मला अंधार सोडायचा आहे, प्रकाशात-उजेडात जायचं आहे,' असं तो खूपदा म्हणतो; पण जेव्हा 'मला अंधार सोडायचा आहे, उजेड हवा आहे,' असं तो म्हणतो, तेव्हा मला अंधार सोडायचा आहे म्हणताना अंधाराचा त्याला अनुभव आहे; पण जेव्हा 'मला उजेड हवा आहे,' असं म्हणतो, तेव्हा सगळं धूसर होऊन जातं. तेव्हा अंधार होत नाही, एवढंच; पण प्रकाशाचा एकही किरण दिसत नाही.

आणि आता हे सोडू शकत नाही, असं मला वाटतं. कारण, आपण तेव्हाच सोडू शकतो, जेव्हा त्याच्या उलट आपल्याला मिळायला लागतं. नाहीतर सोडणं अवघड आहे. कारण, हातचंही सुटणार आणि तेही मिळणार नाही - जे आपल्याला ठाऊकच नाही - हातचं सोडून पळत्याच्या मागे लागणं - असं होईल. एवढं धाडस कोणी दाखवत नाही. लाखा-दोन लाखांत एखादा हे धाडस करतो. त्याला आपण नियमाच्या बाहेरचा – अपवाद म्हणतो. त्याच्यासाठी कुठलेच नियम, बंधनं गरजेची नसतात आणि असा माणूस बरेचदा दुसऱ्यांची दिशाभूल करतो, त्यांना चुकीच्या गोष्टी सांगतो. तो म्हणतो, 'तुम्हालाही नियमांची, व्यवस्थेची गरज नाही.' त्याचं हे म्हणणं बरोबर आहे, बाकीचं सोडून द्या. आपला जो सामान्य माणूस आहे, चारचौघांसारखा आहे, तो त्याला काही मिळाळं तरच काही सोडायला तयार होतो.

तेव्हा इकडे मी त्यांना तीस मिनिटांत रिकामं करतो आणि तिकडे त्यांनी दहा

मिनिटांत त्या रिकाम्या जागेत काही भरावं यासाठी संधी देतो आणि निसर्ग जसा पोकळी सहन करत नाही, तसं चित्त, मनसुद्धा सहन करत नाही. तुमच्या आतलं चुकीचं रिकामं झालं की, बरोबर गोष्टी भरायला सुरुवात होईल. एकदा रिकामं होणं गरजेचं आहे. तेव्हा यात दोन भाग आहेत - एक म्हणजे विरेचनाचा - पूर्ण रिकामं होण्याचा आणि दुसरा ध्यानाचा - जो काहीतरी आत उतरण्याचा आहे, काहीतरी भरण्याचा आहे. त्यात तुम्हाला काहीच करायचं नाही. जर दहा मिनिटांत हा अनुभव हळूहळू तुमच्यात झिरपायला लागला, तर तो चोवीस तास तुमच्याबरोबर राहायला लागेल - चोवीस तास तुम्ही तो अनुभव घ्यायला लागाल आणि हा अनुभव तुम्हाला नवे आजार गोळा करण्यापासून थोपवेल, नव्यानं दमन करण्यापासून थांबवेल, नव्या चुका करण्यापासून रोखेल; हा अनुभव तुम्हाला परत जुन्या वाटेवरून नव्यानं चालायला लागण्यापासून थांबवेल. म्हणजे आता तुम्हाला शपथ घ्यावी लागणार नाही, 'मी रागावणार नाही,' असं व्रत घ्यावं लागणार नाही. आता तुम्हाला न रागावण्यातला आनंद कळला आहे, आता तुम्ही रागावणार नाही.

आता जो विरेचनाचा प्रयोग आहे, तो तीन महिन्यांसाठी आहे. नीट केलात, तर जास्तीतजास्त तीन महिने चालेल. मग हळूहळू शिथिल होत जाईल. तीन आठवड्यांतच शिथिल होऊ लागेल. पुढे हळूहळू तो संपेल. तुम्हाला नाचावंसं वाटलं तर तीन महिन्यांनंतर नाचू शकणार नाही, ओरडावंसं वाटलं तर ओरडू शकणार नाही, रडावंसं वाटलं तर रडू शकणार नाही. कारण, ते आत असणारच नाही. तुम्ही एकदम मोकळे आणि रिकामे झालेले असाल. रडू येणारच नाही, तर तुम्ही रडणार कसे? हसू फुटणारच नाही, तर तुम्ही हसणार कसे? तेव्हा हे जे विरेचन आहे, ते एका अर्थी फूटपट्टीचं कामही करेल. ती दररोज लहान होत जाईल आणि जितक्या तीव्रतेनं ते कराल, तितकी वेगानं लहान होत जाईल. जर ते थांबवलं, तर तेवढा जास्त वेळ घेईल आणि जास्त वेळ धोकादायक आहे. कारण, या दरम्यान तुम्ही आणखी काही साठवाल, गोळा कराल.

म्हणून तीन दिवस तुम्ही एकाग्रतेनं जोर लावा असं मी सांगतो, जेणेकरून तीन बैठकींत तुम्ही पूर्ण वेळ ते सगळं काढून टाकाल. जे बाहेर पडेल, तो तुमचा अत्यावश्यक अंश नाही. तो आपोआपच संपून जाईल. हे फक्त आजाराला बाहेर फेकून देणं आहे. मग तुम्ही नवे आजार गोळा करणार नाही, त्यांचा संसर्ग होऊ देणार नाही आणि त्याची काही गरजही उरणार नाही. एकाच्या मागे दुसरं - असं पाठोपाठ सगळं यायला लागेल. आत्ता विरेचन ध्यानाच्या आधी आहे. तीस मिनिटांचं विरेचन आहे आणि दहा मिनिटांचं ध्यान आहे. जसजसं विरेचन संपेल, तसतसं दहा मिनिटांनंतर काहीतरी व्हायला सुरुवात होईल.

मग एखाद वेळेस नाचावंसं वाटेल; पण ते नाचणं खूप वेगळं असेल. आता

हे नाचणं विरेचक असेल, आता या नाचण्यातून काहीतरी बाहेर पडतंय. या नाचण्यात काहीतरी यायला लागेल - मग गाणं येऊ शकतं - मग खंजिरी वाजू शकते, मग एखादा रस्त्यावर उभं राहून नाचून गाऊ शकतो; पण ती वेगळी गोष्ट आहे. मग ते रेचन नाही. तुम्हाला जे मिळालं आहे, त्याच्या आनंदाचा अतिरेक आहे, हर्षोन्माद आहे, तो मागोमाग येणार. हा पहिला भाग संपला की, मग दुसरा भाग सुरू होईल. ती यानंतरची गोष्ट आहे. म्हणून मी साधारणपणे त्याबद्दल बोलत नाही. कारण, काय-काय आहे, हे कळणार नाही आणि मग सगळी सरमिसळ होऊन जाईल.

एकदा का हे सगळं बाहेर पडलं की, मग त्याचा आपल्याशी असलेला संबंध हळूहळू संपायला लागेल. आता हे करून हलकं वाटायला लागेल, मग ते करून तर आणखी जास्त हलकं वाटायला लागेल. ती एक निर्मितीची प्रक्रिया आहे. तुम्ही रोगाच्या विळख्यातून बाहेर पडला आहात, आता निरोगी अवस्था येत आहे. या निरोगीपणाच्या स्वत:च्या धारा असतील. तुमच्यातून राग बाहेर पडू नये, वाहू नये एवढंच पुरेसं नाही तर कधीतरी राग नसणंही वाहायला हवं. तुमच्यातून घृणा बाहेर येऊ नये, एवढंच पुरेसं नाही, कधीतरी प्रेमही यायला हवं. घृणा बाहेर येऊ नये, हे गरजेचं आहे; पण पुरेसं नाही. प्रेम बाहेर येईल, तेव्हाच तुम्ही 'पुरेसं' या स्थितीपर्यंत पोहोचाल. ते दुसऱ्या भागात घडायला सुरुवात होईल.

आणि यासाठी माझा समूहाचा आग्रह असतो. खरं म्हणजे आपल्या मनात एकटेपणानं जाण्यातही तीच भीती आहे आणि समूहाचीही भीती आहे. ती मदतही आहे, तीच आपली भीतीही आहे.

'आम्ही एकट्यानं - एकांतात हे केलं, तर काय हरकत आहे?' असं बरेचजण येऊन मला विचारतात.

तुम्ही एकांतात करू इच्छिता – याला हरकत आहे. ज्या कारणानं तुम्हाला ते एकटं असताना करावंसं वाटतंय, अडसर येण्याचं कारणच ते आहे. 'कुणी पाहत तर नाही ना?' अशी तुम्हाला भीती वाटते. एकटे जगू शकाल? ध्यान एकांतात कराल; पण जगायचंय तर समाजातच ना!

तो संन्यासी जो पळून चालला होता, त्याचं कारण होतं. त्यानं ध्यानधारणा तर एकांतात केली; पण जगावं तर लागतंय समाजात. ज्याला असं एकांतात ध्यान करायची सवय लागेल, तो लोकांपासून, समूहापासून पळून जायला लागेल. आयुष्य तर समूहात आहे, एकट्यानं आपण कसे जगणार? जगणार सगळ्यांबरोबर आणि ध्यान मात्र एकांतात करणार?

नाही. याचा ताळमेळ बसणार नाही. जर सगळ्यांच्या बरोबरच जगायचंय, तर ध्यानसुद्धा सगळ्यांच्या बरोबरच करायला हवं. तरच त्यात एक प्रकारची सहजता

असेल आणि मी जसा आहे, तसा आहे आणि लोकांना ते कळणं चांगलंच आहे. ध्यानाच्या आधी माझ्या बायकोनं जर मला आरडाओरडा करताना, शिवीगाळ करताना, मारामारी करताना बघितलं आणि उद्या जर घरीही मी तिच्यावर हात उचलला, तर कदाचित ती हसू शकेल. कारण, मी तिच्यावर हात उचलतोय, असं म्हणायची गरज नाही. हे आता गरजेचं नाही. कारण, तिनं मला हवेतही ठोसे मारताना बघितलंय. जर ध्यानात मी बायकोला रडताना, ओरडताना बघितलं आणि उद्या ती माझ्या क्षुल्लक गोष्टीवरूनही रडायला, ओरडायला लागली, तर मी ते थेट माझ्यावर घ्यायची गरज नाही. मी केवळ निमित्त आहे. हे याच्याशिवायही होऊ शकतं, हे आता मला कळलंय. म्हणून माझा समूहाचा आग्रह आहे.

दुसरी गोष्ट म्हणजे हे जग भला मोठा प्रश्न आहे. यातला एक-एक माणूस बदलणं म्हणजे समुद्रातून चमचा-चमचा पाणी काढून रंगीत करण्यासारखं आहे. यानं काहीच होणार नाही. रंगवणारा दमून जाईल, चमचा तुटून जाईल, पाणी आहे तसंच राहील.

आता आजार मोठ्या प्रमाणावर असल्यानं, त्याचं स्वरूप व्यापक असल्यानं त्याच्याशी तेवढाच मोठा संघर्ष करावा लागणार. गावातल्या मंदिरात एखादाच माणूस ध्यानाला बसून चालणार नाही– अख्ख्या गावालाच बसवावं लागेल.

या बाबतीत माझी एक योजना आहे. दरवर्षा-दोन वर्षांनी दोन हजार तरुण-तरुणींना संन्यास दीक्षा देण्याची माझी योजना आहे. ज्याला जेव्हा परत यायचंय, त्यानं तेव्हा परतावं असा माझा त्याच्यामागचा दृष्टिकोन आहे. हा संन्यास काही तहहयात नसेल. तहहयात असेल तर तो व्यावसायिक होईल. ही मजा आहे. समजा, तुम्हाला सहा महिन्यांची सुट्टी मिळाली आहे, तर मजेनं सहा महिन्यांसाठी तुम्ही संन्यासी व्हा. मग नंतर घरी परत जाल. पुन्हा घरात राहाल. असं झालं तर हळूहळू हजारो माणसं संन्यासी होऊन घरापर्यंत पोहोचतील. मग ते घरांना बदलून दाखवतील आणि ते पुन्हा कधीही दोन महिन्यांसाठी परत संन्यासी होऊ शकतात.

याचा अर्थ असा की, मी संन्यासाला आयुष्यापासून वेगळ्या गोष्टीचं रूप देऊ इच्छित नाही, उलट संन्यास म्हणजे जीवनाचा विस्तारलेला हात आहे - असं रूप मला द्यायचं आहे. तेव्हा ही हजार-दोन हजार माणसं नेहमीच संन्यासी असतील. यात माणसं बदलत राहतील; पण हे दोन हजार तसेच राहतील. या दोन हजारजणांना घेऊन मला एखाद्या गावावर नैतिक आक्रमण - मॉरल ॲटॅक - करायचं आहे. दोन हजार माणसं सगळ्या गावात सात दिवसांसाठी राहतील. संपूर्ण गावालाच आठवडाभर ध्यानात बुडवून टाकायचा प्रयत्न करायचा. याहून कमी प्रमाणाचा उपयोग नाही. हे तंत्र असं आहे की, यात सत्तर टक्के माणसं येण्याची शक्यता आहे. शंभर टक्के होऊ शकतं; पण तीस टक्के माणसं मागे हटतात -

ती जाऊ शकत नाहीत - सहकार्य करत नाहीत - हजार गोष्टींचा विचार करून तिथेच थांबतात - पण सत्तर टक्के माणसांचा ध्यानात प्रवेश नक्की होणारच. जर समजा, दहा हजार लोकवस्तीचं गाव असेल आणि त्यातल्या हजार माणसांना जरी आपण ध्यानाच्या मार्गात आणलं, तरी आपण त्या गावाचं आयुष्य नक्कीच बदलू शकू. कारण, अजूनही कुठल्या गावात हजार गुंड नसतात. म्हणजे 'वाईटपणा' अजून इतका मोठा झालेला नाही; पण वाईटपणाचे अड्डे आहेत आणि चांगुलपणाचे गट नाहीत, एवढीच अडचण आहे.

तेव्हा आपल्याला हे जितक्या मोठ्या प्रमाणात, व्यापक स्वरूपात आणि जितक्या कमी वेळात करता येईल तितकं चांगलं. कारण, एका गावासाठी जर आपल्याला चार महिने द्यावे लागले, तर आपल्याला सगळ्या गावाला गवसणी घालता येणार नाही; त्यामुळे हे तंत्र रोज गतिमान करत जायला हवं, त्याची गती - त्याचा वेग रोज वाढवत राहायला हवा.

आता तुमच्या हे लक्षात आलं असेल की, गावासाठी सकाळचं जे तंत्र आहे, त्यापेक्षा रात्रीचं तंत्र आणखी तीव्र आहे. रात्री आपण सगळ्या गावाला गोळा करू शकतो. कारण, त्यावेळी कोणाला कामावर जायची घाईगडबड नसते - सगळे निवांत असतात. सगळा गाव एकत्र आणू शकतो. सगळ्या गावाला ध्यानात डुंबवू शकतो. सकाळी त्यांनासुद्धा काहीतरी करायचं असतं, श्वासही घ्यायचा असतो, आणखीही काही करायचं असतं - पण रात्री तेही करायचं नाही.

ध्यानाचे जवळपास एकशे आठ प्रकार आहेत आणि त्यातल्या प्रत्येक कृतीचा वेग वाढवता येऊ शकतो. त्यात थोडी भर घालावी लागेल.

आता पाहा - यात मी पहिली दहा मिनिटं श्वसन करेन. श्वासाची जाणीव नेहमीच असते; पण नेहमी लयबद्ध श्वासाची जाणीव होती. हा प्रयोग लयबद्ध श्वास घेण्यानं केला, तर वर्षांनुवर्षं लागतील; त्यामुळे माझा प्रयोग नॉन-रिदमिक श्वसनाचा आहे. त्यात लय ठेवायची नाही. कारण, तुम्ही लयीशी लवकर जुळवून घ्याल. लय ठेवायची नाही, जेणेकरून तुम्ही जुळवून घेऊ शकणार नाही आणि तत्क्षणी गडबड उडेल - वाट पाहावी लागणार नाही.

तेव्हा त्या दहा मिनिटांत भस्त्रिकेसारखा - एखाद्या लोहाराच्या भात्यासारखा आघात करायचा आहे - त्यात काही ठरावीक शिस्त नाही - जेणेकरून दहा मिनिटांतच तुम्ही त्रासून जाल आणि तुम्ही त्रासलात, तुमची चिडचिड झाली म्हणजे मग आपण दुसऱ्या भागात विरेचन करू शकतो, अन्यथा करू शकत नाही.

गंमत म्हणजे ही भस्त्रिका तर आहे; पण तिचे इतरही उपयोग होते. तिचा ध्यानासाठी कधीच उपयोग केला गेला नाही. तिचे उपयोग दुसरे होते. प्राणायामाचे सगळे प्रकार हे लयबद्धतेचे प्रकार होते; त्यामुळे त्यांचा फार जोरात आघात होऊ

शकत नाही. जर जोरात आघात करायचा असेल, तर पूर्ण अराजक, गोंधळाची स्थिती असायला हवी. तो गोंधळ, ते अराजक हाच त्याचा वेग आहे.

आता दुसरा टप्पा. हा दुसरा टप्पा थोपवण्याचा उपाय योगानं केला. त्यासाठी 'आसन'व्यवस्था केली. आसनव्यवस्था विरेचन मध्यम गतीनं करण्यासाठीची योजना आहे. ती शरीरावर दिसून येऊ नये, आतून यावी. तेव्हा शरीराकडून आधी काही वर्षं आसनांचा सराव करून घेतला जाईल. उदाहरणार्थ, सिद्धासन म्हणा किंवा पद्मासन म्हणा. मनात काहीही खळबळ होऊ दे, शरीर स्थिर, शांत राहावं यासाठी या आसनांचा सराव आहे. आत बरंच काही साठलं असेल, विरेचन आतूनही होईल. म्हणजे खरं खरं मूठ वळवूनच ठोसा मारला पाहिजे असं नाही, हात न उचलताही ठोसा मारता येऊ शकतो.

प्रश्न : ओशो, ते होतं?

उत्तर : हो, ते तर होतंच; तेव्हा योगानं अशीच योजना केली होती की, आधी काही वर्षं सगळी आसनं शिकवायची, म्हणजे तुमच्या शरीरावर काही दिसून येणार नाही. नाहीतर लोक तुम्हाला वेडं म्हणतील. तेव्हा पहिली काही वर्षं आसनं शिकवा! पण आज कोणी काही वर्षं आसनं शिकायला तयार नाही आणि इतका वेळ वाया घालवावा असं मलाही वाटत नाही. तेच योग्य आहे, असं मी म्हणेन आणि एकदा भीती निघाली की, मग काहीच प्रश्न राहत नाही; पण 'मी सभ्य माणूस आहे आणि एकदमच मी ओरडायला, रडायला लागलो, असं व्हायला नको,' असं आपल्याला वाटत असतं.

पण जिथे-जिथे हा प्रयोग एकदा-दोनदा-तीनदा होतो, तिथल्या गावात सगळ्यांना कळतं की, असं काही नाही आणि तो निराश होतो, त्याच्यात काही... त्यासाठी काही वर्षं वाया घालवावीत अशा मताचा मी नाही. उलट मी तर म्हणतो की, शरीराला जे करायचं आहे, जे करावंसं वाटतंय ते त्याला मोकळेपणानं करू दे - तुम्ही त्याला त्यासाठी पूर्ण सहकार्य करा, जेणेकरून एरवी सहा महिन्यांत जे बाहेर पडलं असतं, ते तीन दिवसांत बाहेर पडेल. त्याला पूर्ण सहकार्य द्या.

आणखी एक गमतीचा भाग पाहा - योग साधनेत कधीकधी अशा घटना घडतात... माणसाला साध्या जमिनीवर राहायला जागा उरणार नाही. कुठल्या गुहेत, कुठल्या डोंगरावर त्यांना घेऊन जायचं? त्यांच्यासाठी जागा कुठे निर्माण करायची? हे सगळं शक्य नाही. आता तर आयुष्यातच हे सगळं आपल्याला स्वीकारावं लागणार आहे.

गमतीची दुसरी गोष्ट म्हणजे ही प्रक्रिया आपोआप घडते. जर सांगितलं नाही तर पार घाबरवून टाकणारी आहे आणि जेव्हा घडते तेव्हा माणूस ती थांबवण्याचा

प्रयत्न करतो. थांबवलंत तर ती थांबेल; पण या थांबवण्यानं ते विरेचन होऊ देणार नाही.

त्यामुळे इथे मला याला पूर्णपणे गती द्यायची आहे आणि त्यासाठी मला पूर्ण स्वीकृती हवी आहे. हे मान्य असणारे असे गट मला गावागावांत तयार करायचे आहेत. हे स्वीकारार्ह आहे; त्यामुळे ते बाहेर पडायला खूप सोपं जाईल. त्याचं वाहून जाणं सहजपणे घडेल.

म्हणून 'एकांतात ध्यान का करू नये?' असं म्हणणाऱ्या माणसांना तुम्ही विचारा बरं - 'तुम्ही केलं आहेत? एकांतात ध्यान करताना तुम्हाला कोणी अडवलं होतं? एकटेच तर आहात तुम्ही - तुम्हाला कोण अडवणार होतं? पण म्हणून केलं आहेत की तुम्ही?'

माणसाचं मन फार चतुर, धूर्त आहे. समजा, त्याला एखादी गोष्ट एखाद्या पद्धतीनं करायला सांगितली, तर 'मी त्या दुसऱ्या पद्धतीनं केलं तर काय हरकत आहे?' असं ते विचारणार आणि तसं तर ते कधी करणार नाही आणि मी कधी त्याला तसं करू नको म्हणून सांगायला गेलो होतो? आणि दुसरंही कोण सांगायला गेलं होतं? ते म्हणेल, 'तसं करायचं?' तुम्ही 'तसं' करायला सांगितलं तर ते म्हणणार - 'तसं करणं तर फारच विचित्र आहे. दुसरा काही मार्ग नाही का?'

खरं म्हणजे न करण्यापासून लांब राहायची खूप इच्छा आहे. मनात खूप आहे. माझ्याकडे माणसं यायची. 'हे तुम्हालाच करायचं आहे,' असं मी त्यांना सांगितलं की, त्यावर ते म्हणायचे, 'तुम्हीच काहीतरी करा. आमच्याकडून काय होणार? आम्ही करणार तरी काय? आणि आमच्याच्यानं होणार असतं, तर आम्ही केलंही असतं. तुम्हीच काहीतरी करा.' आणि 'नाही, तुम्हालाच करावं लागेल,' असा माझा आग्रह असायचा. पुन्हा त्यांचं तेच पालुपद - 'काहीतरी कृपा करा. देवाची कृपा झाली तर ते होईल. आमच्याच्यानं नाही होणार.' आता मी त्यांच्याकडून करवून घेतो, तर ते माझ्याकडे येऊन म्हणतात, 'आम्ही आमचं आमचं एकटेच करू किंवा आम्हीच करू - त्याला तुम्ही कशाला पाहिजे?' माणसं तीच आहेत. मला फार नवल वाटतं. 'ही तीच माणसं आहेत?' असं आश्चर्य वाटतं. नसेल करायचं, जर नाही करायचं, तर नकाच करू. कशाला कोण तुम्हाला काही सांगायला जातंय? पण नाही. हेसुद्धा समजून घ्यायचं नाही. आपण फक्त युक्त्या-प्रयुक्त्या लढवत राहणार आणि आत प्रवेश करणं मोठं जोखमीचं आहे.

लहान-मोठ्या जोखमी घेऊन परीक्षा घ्यावीच लागणार आहे - घ्यायचीच आहे. नाहीतर त्याहून मोठ्या जोखमी कशा घेणार? आत तऱ्हेतऱ्हेचे कल्लोळ उठतील, खूप घटना घडतील. जर माणूस रडायला-ओरडायला घाबरला, तर त्यानं आत न जाणंच इष्ट असं मला वाटतं. कारण, आत तर आणखी खूप काही

घडणार. खूप मळ, पू साचलाय - तो फुटेल, वाहायला लागेल. आत तर खूपच कुष्ठ आहे - ते दिसेल. मग तो त्यात कसा जाऊ शकेल? म्हणून तो जर याला घाबरलाय, तर ठीकच आहे.

ज्यानं एवढं धाडस दाखवलं, त्याला मी थोडा तरी धाडसी म्हणेन. आणखी थोडं धाडस करेल तर एक-एक पाऊल आत टाकायला लागू शकतो. मी आणखी काय करणार? कोणीही काय करणार? करणार तर तुम्हीच आहात. फार फार तर एखादी परिस्थिती निर्माण केली जाऊ शकते आणि घटना घडल्याशिवाय तुम्ही ते करू शकणार नाही - हे तर उघडच आहे. नाहीतर तुम्ही आरामात करा. तुम्हाला कोण अडवतंय? ज्याला कुणाला करायचंय, त्यानं ते मजेत, आरामात करावं. त्याला कोण कधी अडवायला गेलंय? पण जे करू शकत नाहीत, त्यांच्यासाठी आम्ही वातावरण निर्माण करू; 'पण कुठेही काही खुट्ट झालं की, बापरे! काही होणार तर नाही?' अशी भीती वाटते - असं आमचं मन आहे.

सध्या इथल्या याच कॅम्पमध्ये एक बाई आली होती. पहिल्या दिवशी तिनं प्रयोग केला आणि खूप चांगला परिणाम झाला. आधीही तीन कॅम्पमध्ये ती आली आहे. माझ्याकडे येऊन माझे पाय धरून रडत ती म्हणाली, 'तुम्ही पहिल्यांदाच का करून घेतलं नाहीत? उगाच आमचा इतका वेळ वाया गेला.' आणि तिसऱ्या दिवशी ती मधूनच पळून गेली आणि मला म्हणाली, 'तो तुमचा पहिल्या वेळचाच प्रयोग बरा होता. पहिलाच प्रयोग मला चांगला वाटला. आत्ता यात तर हे रडणं-ओरडणं-किंचाळणं - छे! मी तर वेडीच होईन!'

हीच बाई एक दिवसापूर्वी मला म्हणते - 'तुम्ही हे आधी का करून घेतलं नाहीत?' आणि तीच बाई तिसऱ्या दिवशी म्हणते, 'तेच बरं होतं. शांत बसण्याचा प्रयोग खूप चांगला होता.' आणि तीच तिसऱ्या दिवशी मध्येच पळून जाते. आता याला आपण काय करणार? माणसाचं मन फार विचित्र आहे. ते पळवाटा शोधतं. नाही झालं तर ते येऊन म्हणेल, 'अहो, होत नाही,' झालं तर येऊन म्हणेल, 'होणार तर नाही ना?' दोन्ही गोष्टी! कधीकधी फार हसू येतं. हैराण होण्यासारखी सारखी माणसं भेटतात!

प्रश्न : ओशो, माझ्यासमोर एक दुसरा प्रश्न आला :

उत्तर : बरेच विचारवंतही होते, कित्येकांना तुमच्या प्रवृत्तींबाबत थोडा सद्भावही होता. त्याचं समर्थन ते असं देत - माणूस दोन प्रकारे काम करू शकतो - सब्जेक्टिव्हली (विषयनिष्ठपणे) आणि ऑब्जेक्टिव्हली (वस्तुनिष्ठपणे). तेव्हा तुमच्या या ज्या प्रवृत्ती आहेत आणि तुम्हाला वाटतंय की... तुमच्याकडे एवढा वेळही नाही. खूप सहजपणे आणि मोठ्या प्रमाणावर काम करण्याची आमची इच्छा

आहे. तसंच काही करायचं असेल, तर तुमच्या शक्ती आणि भावना जर सकारात्मक पद्धतीनं योग्य मार्गाला नेल्या, तर सहजपणे खूप काम होऊ शकतं; पण कधीकधी काय होतं की, तुमच्या बोलण्यात इतरांबाबत काहीसा खंडन करण्याचा, टीका करण्याचा भाव दिसतो. इतका की गांधीजी, येशू ख्रिस्त किंवा महावीरसुद्धा तुमच्या टीकेतून सुटत नाहीत. बऱ्याचजणांना असं वाटतं आणि मलाही; त्यामुळे होतं काय की, जे सद्भावानं तुमच्या प्रवृत्तीकडे बघतात, त्यांच्याही डोक्यात खळबळ माजते; त्यामुळे त्यांच्या आणि तुमच्या संबंधांतही विक्षेप येतो. तेव्हा जी प्रवृत्ती सहजपणे होऊ शकते, त्याऐवजी दोन वेगवेगळ्या पद्धतीच्या प्रवृत्ती एकमेकींशी संघर्ष करायला लागतात; त्यामुळे तुम्ही तुम्हाला जे म्हणायचं आहे, ते सकारात्मक दृष्टीनं मांडावं, इतरांनी काय केलं आणि काय म्हटलं हे सोडून देऊन जर हे काम आपसात पुढे गेलं, तर चांगलं आणि सोपं होणार नाही का? शिवाय मतभेदही टळतील, वादविवाद होणार नाहीत.

नाही. मला नाही वाटत. संपून जाईल. सोपं तर होणार नाही; पण कामच संपून जाईल. कारण, हे मुद्दे नवे नाहीत. 'आपण कृपा करून उपनिषदं आणि वेदांच्या विरोधात बोलू नये म्हणजे लोकांना तुमच्याबद्दल सद्भाव वाटेल,' असं लोकांनी महावीरांनाही सांगितलं होतं. बुद्धांपाशीही जाऊन लोक म्हणाले होते, 'आपण जर महावीरांच्या विरोधात बोलला नाहीत, तर लोकांच्या मनात तुमच्याबद्दल सद्भाव राहील आणि तुमचं काम होईल.' शंकराचार्यांनाही लोकांनी हेच सांगितलं की, 'तुम्ही बुद्धाच्या विरोधात बोलू नये, म्हणजे सोपं जाईल. नाहीतर बुद्धाबद्दल ज्यांना प्रेम आहे, ते कधीच तुमच्या बरोबर येणार नाहीत.' येशू ख्रिस्तालाही असं सांगणारे महाभाग होतेच!

पण या सगळ्याच्या सगळ्यांना ही गोष्ट लक्षात आली नाही, ही जरा विचार करण्याजोगी गोष्ट आहे. समजावणारी माणसं होती; पण ती कोण त्यांची नावंही आज आपल्याला माहीत नाहीत, ती सांगता येणार नाहीत. याचं कारण काय? ना बुद्धांच्या लक्षात आलं, ना शंकराचार्यांच्या, ना येशू ख्रिस्ताच्या आणि ना महावीरांच्या! माझ्याही लक्षात येत नाही.

त्याचं कारण आहे.

पहिली गोष्ट म्हणजे, ज्या व्यक्तीमध्ये आमूलाग्र बदल घडवून आणण्याची क्षमता दिसते, ते मुळात विनाशक, संहारक असतात. त्यांच्यातली निर्मितीक्षमता ही नंतर येणारं फळ आहे. त्याचे पहिले सगळे टप्पे तर विनाशाचे, विध्वंसाचेच आहेत.

तुम्ही जसे आहात - जर मी सकारात्मक काही बोललो, तर त्यातही काही

जोडल्यासारखं, मिसळल्यासारखं होईल - तुम्ही जे जसे आहात - तसे आहात, तसं मी तुम्हाला स्वीकारतो; त्यामुळे सद्भाव निर्माण करणंही तुम्हाला सोपंही पडेल. मी फार फार तर काय म्हणेन - तुम्ही या शर्टावर आणखी एक जाकीट घाला - त्यामुळे तुम्ही आणखी छान दिसाल! तुमचा शर्ट छान आहे, तुम्हीही खूप छान आहात, वर एक जाकीट घातलंत की आणखी छान दिसाल. तुम्ही तसं करायला तयार होता. कारण, मी तुम्हाला तर काहीच बदलायला, काहीच सोडायला सांगत नाही, काहीच तोडायला सांगत नाही. मी तुम्हाला पूर्णपणे आपलं म्हणून स्वीकारतोय आणि तुमच्यात काही ॲडिशन करतोय. याला तुम्ही विधायक, सकारात्मक म्हणता.

तुम्ही जसे आहात, तसं तुम्हाला स्वीकारणं याला साधारणपणे आपण विधायक, सकारात्मक म्हणतो. तुम्हाला मी जाकीट घातलं, तर नक्कीच माझं काम सोपं होईल; पण तुम्हाला जाकीट घालावं, असा माझा उद्देशच नाही. मला तुम्हाला बदलवायचं आहे. तुम्हाला सुंदर दिसवायचं, सुधारायचं नाही. तुम्ही आणखी सुंदर दिसलात तरी जे आहात, तेच तसेच राहणार. कदाचित आणखी काहीतरीच दिसाल. कारण, सध्या कदाचित कधीतरी तुम्हाला तुमचं शरीरही दिसत असेल; पण जाकीट घालून तेही दिसणार नाही आणि आणखी एखादा कोट घातलात तर आणखी हे दिसणंही बंद होऊन जाईल.

तेव्हा मला तुम्हाला मुळातच नष्ट करायचंय आणि नष्ट करण्याचा हा प्रवास खूप मोठा, दीर्घ आहे आणि आत्ताशी तर मी तुमच्या विचारांना धक्का देईन, उद्या तुमच्या भावनांना जखमी करेन, परवा तुमच्या सगळ्या अस्तित्वालाच हादरा देईन; त्यामुळे जर विचारांशी पोहोचल्यावरच तुम्ही पळायला लागलात, तर आपला काहीही संबंध नाही, असं मला वाटतं. कारण याहून मोठा धक्का तुम्ही कसा सहन करणार?

गांधीजी तुमच्यासाठी 'विचार' आहेत, त्याहून जास्त काही नाही. ते तुमची विचारसरणी आहेत. फक्त विचारांचा इतका मोह असेल - निव्वळ विचारांचाच, तर तुम्ही आपलं अस्तित्व बदलणारा माणूस नाही.

तेव्हा माझ्यासाठी 'बदलणारा माणूस' हाच उपयोगी आहे. बदलणारा माणूस हा काहीतरी ग्रहण करणारा माणूस आहे असं मला दिसतं; त्यामुळे तुमच्या विचारांवर आघात करून मी तुमच्या परीघालाच धक्का देतोय. जर तिथूनच तुम्ही पळून जाल, तर तुमचा-माझा संबंध संपेल. मग मला वाटेल, 'चला, बरं झालं या भानगडीत पडलो नाही. कारण, हे काम तुमच्याकडून झालं नसतंच. मला आणखी जोरात आघात करावा लागेल. उद्या तुमच्या भावनांवर पण आघात करणार, उद्या तुमच्या अस्तित्वावरही हल्ला चढवेन. जे कोणी खोलवर आघातासाठी, बदलासाठी

उत्सुक आहेत, ते विधायक असू शकत नाहीत आणि जे विधायक, सकारात्मक आहेत, त्यांच्याकडून कधीच कुणाला बदलवण्याचं काम झालेलं नाही - भले मग ते गांधी असोत नाहीतर विनोबा - या दोघांना मी कन्स्ट्रक्टिव्ह माणसं म्हणतो. त्यांच्याकडून कधी कोणाचं ट्रान्सफर्मेशन झालं नाही.

मलासुद्धा जर नेतृत्व करायचं असेल, तर ते मित्र जो सल्ला देतात, ते योग्य सल्ला देतात. मलासुद्धा जर महात्मा बनून बसून राहायचं असेल, तर मामला एकदम सरळ, सोपा आहे. त्याहून सोपी गोष्ट नाही. तेव्हा तुम्ही जसे आहात, तसं तुम्हाला स्वीकारतो आणि तुम्हाला थोडं हरभऱ्याच्या झाडावर चढवतो. तुमच्या अहंकाराच्या ठिणगीवर जरा फुंकर घालून तो फुलवतो, वाढवतो आणि तुमचा पाठपुरावा करतो; पण त्यावेळी मी फक्त नेता होतो, आणखी कोणी नाही; मी महात्मा होऊन जातो. याहून अधिक मी तुमच्या बाबतीत काही करू शकत नाही. कारण, तुम्हाला तर मी आधीच स्वीकार करून टाकलंय, आता तुमच्या बाबत दुसरं काही करण्याचा मार्ग नाही.

तेव्हा माझ्यासारख्या माणसांना तर अपरिहार्यपणे या त्रासातून जावं लागतं. हा त्रास काही नवा नाही, जुनाच आहे आणि गंमत म्हणजे महावीर ज्यांच्या विरुद्ध बोलले - महावीरांसारख्या माणसाला पुन्हा महावीरांच्या विरोधात बोलावं लागतं. कारण, तोवर महावीरांचाही अनुयायी तिथेच येऊन उभा ठाकतो, जिथे उपनिषदांचा अनुयायी महावीरांच्या वेळी उभा होता. हा संघर्ष, हे भांडण महावीरांशी नाही. महावीरांचा जो संघर्ष होता, तोच हा संघर्ष आहे. दिसताना तो महावीरांशी असल्यासारखा दिसतो, कारण महावीराला उपनिषदांच्या अनुयायांशी संघर्ष करावा लागला होता. कारण, उपनिषदं म्हणजे विशिष्ट 'दर्जाप्राप्त' मानबिंदू झाली होती. आता मला महावीरांशी झगडावं लागणार कारण महावीर मानबिंदू आहे. यात महावीरांची सहानुभूती माझ्याच बाजूनं आहे, असणारच. कारण, तेच काम करतोय आणि हे काम काही संपणारं नाही. उद्या कदाचित माझ्यासारख्या माणसाला माझ्याशी संघर्ष करावा लागेल, त्याला काही इलाज नाही. म्हणजे उद्या माझ्यासारख्या व्यक्तीला माझ्याशी अशाच प्रकारे लढावं लागेल आणि माझी सहानुभूती त्याच्या बाजूनं आहे. कुणाला ना कुणालातरी संघर्ष हा करावाच लागणार. लढायलाच हवं. कारण, तोवर मी प्रस्थापित होऊन जाईन, काहीजणांच्या मनात माझं स्थान निर्माण होईल. ज्यांच्या मनात मी घर करेन, त्यांना विस्थापित करावं लागेल.

तेव्हा माझ्या मते ते मित्र जे म्हणतात, त्यांचं म्हणणं गणिती भाषेतलं, धूर्तपणाचं, हुशारीचं असतं. ते जे म्हणतात, नेतृत्वासाठी तेच गरजेचं आहे. बरोबर आहे त्यांचं म्हणणं; पण मला त्यात औत्सुक्यच नाही. मला तुमच्यात औत्सुक्य आहे आणि तुमच्यासाठी काही शक्य असेल, तर त्यात उत्सुकता आहे आणि

त्यासाठी ती जी सर्जरी आहे, ती फार आवश्यक गोष्ट आहे आणि त्यातला सगळ्यात कमकुवत भाग आहे तो विचारांचा; त्या विचारांवरच पहिला आघात व्हायला हवा. जर त्याच्यावरच्या आघातानंच तुम्ही कळवळलात, तर मग आणखी आत खोलवर आघात करणं खूप अवघड आहे - मग त्याहूनही आत खोल आहे - अहंकार, तो आणखी घट्ट होत जातो. हे तर माझ्यासाठी परीक्षेचं साधन झालंय. म्हणजे, माझ्यावरची टीका वगैरे ऐकूनही जर कोणी माझ्याकडे येतोय, तर त्या माणसावर पुढे आणखी मेहनत घ्यायला हरकत नाही असं मला वाटतं. त्यानं मला मानावं, माझ्या मतांचा मान ठेवावा, असं मी त्यालाही कधी सांगणार नाही; पण तरीही तो माझ्याजवळ येतोय आणि माझ्या विध्वंसक ढंगानं पळून गेलेला नाही. असं आहे, म्हणजे हा माणूस विध्वंसाला तयार आहे, विध्वंस करून घ्यायची त्याची तयारी आहे असं मी समजतो. याच्या आत काहीतरी तोडफोड करता येईल आणि हा माणूस काही काळ तग धरू शकतो. नाहीतर आपल्या सगळ्यांच्या धारणा अशा आहेत की...

आणखी एक गडबड आहे. मजेशीर गोष्ट आहे आणि एकाच माणसाच्या बाबतीत नाही. गुजरातमध्ये कोणी गांधींचा भक्त आहे तर कोणी मार्क्सचा चाहता आहे. बंगालमध्ये कोणी मार्क्सला मानणारा आहे आणि एखादा गांधींचा शत्रू आहे. कोणी महावीरांचे भक्त आहेत तर कोणी प्रेषित महंमदाचे; पण या सगळ्यांचं मन एक आहे. माझी लढाई त्या मनाशी आहे. ते त्यांना काही दिवसांनी लक्षात यायला लागेल, कारण, मी जेव्हा गांधींशी लढतो, तेव्हा मार्क्सिस्ट माझ्यापाशी येतो. 'खूप आनंद झाला. तुम्ही अगदी योग्य तेच बोलताय,' असं तो म्हणतो; पण वर्षभरानं मी जेव्हा मार्क्सच्या विरुद्ध बोलतो, तेव्हा तो एकदम पळून जातो. 'नाही - या माणसाची काहीतरी गडबड झालीय, तो आधी एकदम ठीकठाक होता,' असं म्हणून पळ काढतो. तेव्हा अजून पाच-दहा वर्षांनी लोकांच्या लक्षात येईल की, मला ना मार्क्सशी काही देणं-घेणं आहे ना गांधींशी! हे सगळं असंबद्ध आहे. मला तुमच्या मनाशी लढायचं आहे. तेव्हा गांधींच्या भक्ताशी लढायचं असेल, तर गांधींच्या विरोधात बोलेन आणि मार्क्सच्या भक्ताशी लढायचं असेल, तर मार्क्सच्या विरुद्ध बोलेन आणि कित्येकदा या दोघांत मोठाच विरोधाभास दिसेलच दिसेल. कारण, मार्क्सशी लढायचंय तर वेगळ्या पद्धतीनं लढावं लागेल आणि गांधींच्या विरोधात उभं राहायचं असेल, तर तेव्हाची पद्धत आणखी वेगळी असेल. या दोन गोष्टींत बरेचदा अस्थिरता, बदलसुद्धा दिसेल. कारण, जर मला फक्त गांधींच्याच विरोधात लढायचं असेल, तर मी सातत्य राखू शकतो.

मला तर एका प्रकारच्या मनाशी लढायचंय. जे मन मार्क्सला पकडून ठेवतं, गांधींना धरून ठेवतं, बुद्धावरून हटत नाही, त्या मनाशी सामना करायचाय. त्या

मनाशी लढण्यासाठी मला विनाकारण या बिचाऱ्यांशीही लढावं लागतंय. मला त्यांच्याशी काही देणंघेणं नाही; पण ही लढाई करावी लागेल.

आणि एखाद्या माणसाला जर फक्त महात्मा बनून राहायचं आहे तर कुठल्याही माणसासाठी ते खूप सोपं आहे. त्याच्याहून सोपं दुसरं कुठलंही काम नाहीच आणि आपल्या देशात तर त्याहून सोपं काम नाहीच आहे; त्यामुळे हा सल्ला देणारे मित्र - या मित्रांचा सल्ला किंवा यांच्यासारखा विचार करणारी हजारो माणसं आहेत, त्यांच्याकडून काही होऊच शकत नाही.

प्रश्न : ओशो, तसं नाही; पण मला असं म्हणायचंय की, प्रत्येकजण आपल्या आपल्या परिस्थितीची पैदास असतात. समजा, महावीर, बुद्ध, गांधी हे आपापली परिस्थिती आणि आपापल्या सभोवतालच्या वातावरणाची निपज आहेत; त्यामुळे जर विचारांशी लढायचंच आहे, तर मग व्यक्तिनिरपेक्ष विचारांशी संघर्ष करणं चांगलं ठरणार नाही का? कारण, काही वेळा आपल्याकडून माणसावर अजाणतेपणी अन्यायही होऊ शकतो.

उत्तर : प्रश्न हा नाही. प्रश्न हा आहे की, एक तर माणूस वेगळा ठेवा, विचार वेगळा ठेवा, असा विचार करण्याची आपली पद्धतच योग्य नाही. गांधींचे सगळे विचार त्यांच्यापासून वेगळे केले, तर मग गांधींमध्ये काय उरतं? काहीच उरत नाही. हा मोहनदास नावाचा माणूस काय उपयोगाचा? त्याच्याशी काही देणं-घेणं आहे? हा जो काय माणूस आहे, तो एकगठ्ठा - एकत्र आहे आणि गांधींचं व्यक्तिमत्त्व बाजूला सारलं, तर विचारात काय उरतं? तसं तर पुस्तकात खूप विचार ठेवलेले असतात; पण पुस्तक निर्जीव वस्तू आहे.

व्यक्ती, माणूस आणि विचार अशा दोन गोष्टी नाहीत. व्यक्ती म्हणजेच विचार आणि विचार म्हणजेच व्यक्ती. त्याचं एक एकसंध अस्तित्व आहे; त्यामुळे आपण त्यातल्या एकाशी लढू शकत नाही. तसं काय तशीही चलाखी केली जाते - की 'नाही, गांधींच्या व्यक्तिमत्त्वाशी तर आमचा काही संबंध नाही, माझा विरोध आहे तो 'या' विचाराला; संपूर्ण विचारसरणीलाही नाही, फक्त या विचाराला विरोध आहे.' हे सगळे कातडीबचावाचे मार्ग आहेत.

दुसरं म्हणजे, सगळे आपापल्या परिस्थितीची निपज आहेत; पण तीच परिस्थिती रावणालाही जन्माला घालते आणि तीच परिस्थिती रामालाही जन्म देते. आज जगात परिस्थिती एकच आहे आणि माणसं तीन अब्ज. तीन अब्ज प्रकारची माणसं आहेत. आपण म्हणजे परिस्थितीची संतान आहोत, हे मान्य आहे; पण फक्त परिस्थितीचीच पैदास नसतो, आपणही असतो - आपण परिस्थिती निर्माण करत असतो. तेसुद्धा आपल्यामध्ये असतं. परिस्थितीचीसुद्धा आपली निवड असते,

परिस्थितीलाही आपण बदलतो, परिस्थिती बदलताना आपण स्वत:लाही बदलतो आणि आपला नक्की ढंग तयार होतो; त्यामुळे कुठलीही व्यक्ती फक्त परिस्थिती जन्माला घालत नसते.

तिसरी गोष्ट म्हणजे - जेव्हा मी महावीरांच्या विरोधात काही बोलत असतो, किंवा बुद्धाच्या किंवा कोणाच्याही विरोधात, तेव्हा खरा प्रश्न महावीर आणि बुद्धांबाबत नाही. जर जगात अनुयायीच उरले नाहीत, तर मी बुद्ध आणि महावीरांबद्दल बोलणंच बंद करेन. म्हणजे मला त्यांच्याशी तर काही देणंघेणंच नाही. ज्या दिवशी जग चांगलं होईल आणि अनुयायी असणार नाहीत, माणसं समंजस असतील - कारण, अनुयायी फक्त समजदार नसतातच. ते असमंजसच असू शकतात. ज्या दिवशी जग समंजस होईल आणि अनुयायी असणार नाहीत, लोक महावीर वाचतील, समजून घेतील; बुद्ध वाचतील, समजून घेतील; पण कोणी कुणाचा अंध अनुयायी - अंधपणे अनुगमन करणारा नसेल, त्या दिवशी माझ्यासारख्या माणसांची फारच सोय होईल. आम्हाला महावीर-बुद्ध यांच्याबद्दल बोलावंच लागणार नाही. त्यांच्या गोष्टी सांगाव्याच लागणार नाहीत. त्यांना मध्ये आणायचं कारणच उरणार नाही. त्यांच्याशी आजही काही देणंघेणं नाही. आजही तुमच्याशी प्रयोजन आहे - गांधीवाद्यांशी आहे, बुद्धवाद्यांशी आहे. हे जे वाद्यांचं मन आहे, ते सांगतं की, तुम्हाला जे सांगायचंय ते तुम्ही सांगा; आमच्या वादाला धक्का लावू नका, आमच्या गुरूला मध्ये आणू नका. आमचा त्याच्या गुरूशी संबंध नाही. त्याचा गुरू तर मरण पावलाय. त्याला आम्ही मध्ये आणायची गरजच नाही. आम्ही त्याच्या गुरूला मारणार नाही आहोत, तो तर आमच्या शिवायच मरून गेला आहे.

आम्ही याला धक्का देणार आहोत; पण याच्या गुरूला धक्का देत नाही, चिडवत नाही, तोवर यालासुद्धा धक्का बसत नाही, हासुद्धा चिडत नाही. त्यानं आपल्या गुरूंना दरवाज्यावर उभं करून ठेवलंय. आपल्या दारावर त्यानं गुरूचा झेंडा उभारून ठेवलाय. हा झेंडा उतरवू नका, असं तो म्हणतो. ते त्याचं सुरक्षाकवच आहे. हा झेंडा उतरवावा लागेल, हा संघर्ष झेलावा लागेल.

माणसाचं आमूलाग्र रूपांतर करताना त्याच्या विचारप्रक्रियेशी, त्याच्या विचारसरणीच्या पद्धतीशी, त्याच्या आदर्शांशी, त्याच्या असलेल्या बांधिलकीशी लढावं लागेल, त्या सगळ्या गोष्टी मोडून काढाव्या लागतील असं मला वाटतं. जर आपण त्याला त्याच्या मुळांसह उखडून काढू शकलो नाही, तर त्याला नवीन भूमीवर अंकुरित करता येणार नाही. त्याला काही मार्ग नाही आणि म्हणून माझं म्हणणं कळायला नेहमी वेळ लागणार आहे. वेळ लागणारच. स्वाभाविक आहे ते.

प्रश्न : पण ओशो, आपण म्हणालात ना की, दोन गट आहेत - जो आक्रमण करतो आणि ज्याच्यावर आक्रमण केलं जातं तेव्हा आत्मसंरक्षणाची व्यवस्था, तयारी - आणि जर याहून मला आणखी चांगला शब्द सापडला तर मला बरं वाटेल; पण आत्मप्रौढीचा प्रयत्न - या दोहोंत एक सूक्ष्म सीमारेषा आहे. ते कसं ठरवायचं की, तुम्ही काही म्हणालात की, त्यावर मी काही म्हणायचं की कुणीही म्हणायचं. तेव्हा आपण एका दृष्टीनं म्हणू शकतो की, हे गांधीवादी किंवा विनोबावादी किंवा महावीरवादी असणं ही त्यांच्या स्वसंरक्षणाची व्यवस्था आहे. कारण, ते करतात. ओशोंचा हा आत्मप्रौढीचा पसारा आहे, असं आपल्याबाबत कोणी म्हणू शकतं का?

उत्तर : नाही - नाही - नाही!

प्रश्न : ओशो, दोन्ही नाही, दोहोंच्या मधला...
उत्तर : कळलं. आलं माझ्या लक्षात.

प्रश्न : तुम्ही ते वेगळं कसं करू शकता, हे मला जाणून घ्यायचं आहे. ठरवायचं कसं?

उत्तर : नाही - नाही. आपण ठरवायचं किंवा आपण वेगळं करायचं किंवा त्या भानगडीत पडायचं नाही, असं मी म्हणत नाही. मी असं म्हणत नाही, कारण, मी जर 'मला शांती हवीय, मला आनंद हवाय, मला सत्य हवंय,' असं म्हणत कोणाकडे गेलो, तर हा प्रश्न येतो. जो महावीरवादी आहे, त्याच्यापाशी जर स्वसंरक्षणाचा उपाय नसेल आणि महावीरांकडून त्यानं काही मिळवलं असेल, तर त्याचा शोध थांबायला हवा; पण मी म्हणतो - तो आहे महावीरवादी आणि तो माझ्याकडे आलाय. मी त्याच्याकडे गेलो नाही. म्हणजे मी जर आत्मप्रौढीत जगत असेन, तर हा माझा नरक असेल, त्याच्याशी कुणाला काय देणंघेणं आहे? तो महावीरवादी माझ्याकडे आलाय ही किती गमतीची गोष्ट आहे ना!

हल्ली एक जैन मुनी माझ्याकडे येतात. 'मी आचार्य तुलसी यांचा दीक्षित आहे. मला ध्यान शिकवा,' असं म्हणतात. त्यावर माझं त्यांना सांगणं असतं - 'आचार्य तुलसींकडून तुम्ही काय शिकलात? दीक्षा कशासाठी घेतलीत? आणि दीक्षा घेतलीत आणि ध्यानही केलं नाहीत, तर मग दीक्षित कसं म्हणावं?'

आता ही फार मजेशीर बाब आहे. कारण, जर... साधी गोष्ट आहे की जर महावीरांकडून काही मिळालं आहे, तर मग माझ्याकडे येण्यात काही अर्थच नाही. मुद्दाच संपतो. तुम्हाला जर गांधींकडून ज्ञान मिळालं आहे, तर ते साजरं करा. त्याच्याशी काही संबंध नाही; पण मिळालं नाही, शोध सुरू आहे; पण तरीही

'आम्ही गांधींना धरून ठेवणार?' असं म्हणताय. नाही, मी गांधींना सोडवेन. कारण, ज्याच्याकडून काही मिळत नाही, कृपा करून त्याला सोडा. काही मिळालं असेल तर मी काही म्हणणार नाही आणि तुम्ही नाही म्हणावं म्हणून मी घरापर्यंत येणार नाही.

म्हणून माझं नेहमी एवढंच म्हणणं असतं की, जिथून आपल्याला काही मिळत नाही, तिथेही आपण पकडून ठेवायला बघतो. अच्छा! मी पण त्यात थोडी भर घालावी, अशी त्यांची इच्छा असते. म्हणजे पाहा - आहे ना मजेशीर मामला! ते माझ्याकडूनही काही शिकून जातील, समजून घेतील, तेसुद्धा गांधीवादात मिसळलं जाणार आहे, ॲडिशन होणार आहे.

तेव्हा यात जर माझी आत्मप्रौढी असेल - असू शकते - तर तो माझा नरक ठरेल. जर हे तुमचं स्वसंरक्षण असेल, तर ते तुमच्यासाठी नरक ठरेल आणि आपण त्याला काय बनवतोय, याचा आपण विचार करायला हवा. शिवाय ही गोष्ट इतकी वैयक्तिक आहे की, याचा काही इलाजही नाही. मी फक्त मला, सगळ्यांनाच फसवतोय, असं होऊ शकतं; पण तेव्हा त्याचं दुःख आणि वेदना माझी असेल. त्याचं दुःख आणि वेदना दुसऱ्या कोणाचीच नसेल. याचा अर्थ असा की, जे मला गांधींना पकडून ठेवल्यानं मिळणार होतं, ते मी गमावतोय, ते गमवायची माझी तयारी आहे, त्यात काही कठीण नाही. महावीरांना पकडून ठेवल्यानं मला जी शांती मिळू शकली असती, ती घेण्याची मला इच्छा नाही आणि जर मी अशांत असेन, तर जास्त दिवस ही आत्मप्रौढी चालणार नाही. कारण, जर तुम्हीसुद्धा स्वतःच्या अशांतीनं त्रस्त असाल, तर मी नाही होणार? तुम्ही तुमच्या दुःखानं करवादलेले असाल, तर मला दुःखानं वेदना होणार नाहीत? तुम्ही तर तुमचा नरक नष्ट करायच्या प्रयत्नात आहात आणि मी मात्र माझा नरक निर्माण करत राहू? असं किती काळ चालणार? हे अशक्य आहे.

असा माझ्या मनात सतत प्रश्न येतोच येतो - जी माणसं विचार करतात - त्यांच्या मनात येणारच; पण हे आपण ठरवायची गरज नाही, असं माझं मत आहे. हा तर आमचा आमचा विचार झाला. मी जे धरून ठेवलं आहे, त्याच्यापासून जर मला काही मिळतंय, तर मग प्रश्नच संपला. जर मिळत नसेल, तर मी म्हणेन की, कृपा करून ते सोडा. तुमच्या आयुष्यात आणखी काही प्रवेश करण्याआधी तुम्ही हे सोडा आणि ते सोडवण्याचा खटाटोपच फार त्रासाचा होऊन जातो आणि तुम्ही ते सोडायलाही तयार नाही, असं मला दिसतं, तेव्हा काही नवीन मिळवण्याची तुमची कुवत असू शकत नाही, असं मला वाटतं; त्यामुळे मी त्या दृष्टीनं विचार करायचंच सोडून देतो. म्हणजे बरोबर आहे ना हे - असं पाहा - समजा, मी एखाद्या ठिकाणी विहीर खोदायला गेलो, तर मी कुदळ मारून पाहणार - जर समोर नुसता

खडक असेल आणि कुदळ खडकावरच आदळत असेल, तर मी माझी मेहनत वाया का घालवू? मी दुसरीकडे खोदणं जास्त बरं नाही का? नाहीतर तुम्ही म्हणता तशातली गत व्हायची - मला उगाचच निरुपयोगी माणसांवर मेहनत घ्यायला लागायची. ही अशी माणसं असतील ज्यांची बदलण्याची इच्छा नाही आणि तरीही ज्यांना बदलण्याचा मी प्रयत्न करत बसेन.

आता तर मला हळूहळू स्पष्ट दिसायला लागलंय की, अशा तऱ्हेनं सहजपणे तीच माणसं माझ्यापर्यंत येतात, ज्यांच्यात बदलण्याची उत्सुकता, आतुरता आहे; ज्यांच्यात बदलण्याचं धाडस आहे आणि ज्यांची काहीही सोडण्याची तयारी आहे. कारण, जी माणसं विचारच सोडायला तयार नाहीत, ती माणसं आणखी काही सोडणं फारच अवघड गोष्ट आहे. कारण, विचारांहून जास्त निरर्थक गोष्ट दुसरी कुठली नाही - विचार म्हणजे फक्त पोकळ शब्दच शब्द - तेही सोडायला जो माणूस घाबरतो, तो आणखी काही भरीव गोष्ट कधीतरी सोडेल, अशी आशा करणं खूप कठीण आहे.

त्यामुळे माझ्यासाठी तो परीक्षेचा उपायही झाला. म्हणजे यामुळे लोक माझ्यापासून दूर जातात आणि ज्यांच्यावर मेहनत करणं, कष्ट घेणं योग्य ठरेल, अशीच माणसं माझ्याबरोबर असतात. मी सगळ्याच प्रकारे त्यांची निवड, परीक्षा घेतच राहत असतो. कारण, उगाचच प्रत्येक माणसावर कष्ट घ्यायची मला उत्सुकता नाही. कारण, शेवटी मलाही काही मर्यादा आहे - सगळ्यांनाच असते. मी सगळ्या जगाला बदलू शकत नाही. सगळ्या जगाला बदलायचा विचारही करू नये. माझी केवढी शक्ती, क्षमता आहे ती जास्तीतजास्त उपयोगात आणली जावी, असं मी म्हणायला हवं.

या बाबतीत - एका अर्थी फारच सनातनी आहे आणि तो रोजच मनात येत राहतो आणि नेहमी येईल. कारण, माझ्यासाठीही तोच सोपा आहे. माझ्यासाठीसुद्धा एक लाख माणसं ऐकतात हे सोपं आहे. जर मी या ना त्या प्रकारे त्यांचा अहंकार गोंजारतो आहे, त्यांना समाधान देतोय किंवा देत नाही - फक्त आघातच करत नाही, एवढंच समाधान देतोय, तर लाखो लोक माझं ऐकतील; पण त्या लाखो माणसांना ऐकवून तरी मी काय करणार? त्यापेक्षा जे बदलायला तयार आहेत, अशा दहा माणसांना काही ऐकवायला मला आवडेल. ही लाख माणसं ऐकतील - टाळ्या वाजवतील आणि निघून जातील - त्यानं काय होणार आहे? हे रोज चाललं आहे - रोज चाललंच आहे.

मला स्वत:ला असं वाटतं की, माझे मित्र मला जो सल्ला देतात तसा - गांधींनी सगळा प्रयोग केला - गांधींनी आयुष्यभर तेच केलं. 'ईश्वर - अल्ला तेरे नाम' म्हटलं आणि गीता-कुराणाचीही सांगड घातली. मुस्लीमांनासुद्धा बदलवू, हिंदूनाही बदलवू, ख्रिस्त धर्मियांनाही बदलवू; 'तुमच्या पुस्तकात जे आहे, तेच

आमच्याही ग्रंथात आहे,' असं म्हणत सगळ्यांचं समाधान करत राहिले - आयुष्यभर कधी कुणाच्या विरुद्ध बोलले नाहीत, सगळ्यांची बाजू घेऊन बोलले, हाच प्रयोग त्यांनी केला; पण ते दहा-वीसजणांचंही आयुष्य बदलू शकले, असं मला वाटत नाही. स्वत:चं आयुष्य बदलवू शकले, असंसुद्धा मला वाटत नाही. कारण, प्रश्न असा आहे की, ते निदान स्वत:ला जरी बदलवू शकले असते, तर जो व्यवहारशून्य प्रयोग ते करत राहिले, तो त्यांनी केला नसता, हे स्पष्टच आहे.

महावीर, बुद्ध आणि ख्रिस्तानं असला असमंजसपणा केला नाही. जे होणं, करणं शक्य होतं, तेवढंच केलं - नाहीतर 'महावीर पण तेच सांगताहेत, उपनिषदं तेच सांगताहेत, गीतेतही तेच सांगितलंय - सगळे तेच म्हणताहेत. जे मी सांगतोय,' असं बुद्धपण म्हणू शकले असते. काय हरकत होती? असं ते सांगूच शकले असते; पण मला असं वाटतं की, बुद्धांना लाख-दोन लाख, अगदी दहा लाख लोकांनी ऐकलं असतं; पण त्यांचं नाव - बुद्धाचं नाव तुमच्या लक्षातही राहिलं नसतं; पण त्यांनी काही माणसांमध्ये बदल घडवला आणि ही बदललेली माणसंच उपयोगी आली. प्रत्येकजण उपयोगाला येत नाही. त्यात काही अर्थही नाही.

तेव्हा कुठल्याही प्रकारच्या नेतृत्वात किंवा पाठपुरावा करण्यात मला मुळीच रस नाही. साधी-सरळ-प्रामाणिक गोष्ट असायला हवी. तुम्ही चुकताय, असं मला वाटत असेल, तर ते मी ठामपणे म्हणेन आणि जर तुम्ही स्वत:चा बचाव करण्याच्या मागे नसाल, तर तुम्हाला ते कळेल, लक्षात येईल; पण मागे असाल, तर माझी तुमच्यापासून लवकर सुटका झाली - तुम्ही माझा जास्त वेळ फुकट घालवणार नाही.

आता बघितलंत ना काय झालं ते - जो गांधीवादी वर्षांनुवर्षं मला ऐकत होता - पण त्यानं मला कधी ऐकलंच नाही, असं आता माझ्या लक्षात येतंय. कारण, तो कितीतरी वर्षं माझी प्रवचनं ऐकत होता, शिबिरांना येत होता, ध्यानाला बसत होता, तो मी गांधींच्या विरुद्ध बोललो, तर पळून गेला. आता मला असं वाटतंय की, मी त्याच्यावर जी काही वर्षं मेहनत घेतली, ती निरर्थक होती - उगाचच घेतली - पहिल्यांदाच गांधींच्या विरुद्ध बोलायला पाहिजे होतं. माझ्याही काही पद्धती आहेत. माझा वेळ वाया गेला, असं मला वाटतंय. कारण, तो माणूस तर पळून गेला आणि इतकी वर्षं ध्यानधारणा करून आणि वर्षांनुवर्षं मला ऐकूनही तो एवढीशी टीका सहन करण्याची हिम्मत दाखवू शकला नाही. म्हणजे तो वेळ वाया गेला. मी आणखी काही वर्षं त्याला ऐकवत बसू शकलो असतो, त्यात गांधींच्या विरुद्ध 'ब्र'ही काढला नसता, तरी तोही वेळ वायाच जाणार होता.

माझं स्वत:चं असं म्हणणं आहे की, जो माणूस बदलायच्या तयारीनं उभा राहतो, त्याची सगळ्या प्रकारच्या थपडा खायचीही तयारी असते.

प्रश्न : ओशो, ठीक आहे; पण कधीकधी थोडं थांबण्याचीही वेळ असते ना! समजा, तुम्ही गांधींबद्दल बोलायला लागलात, म्हणून ती माणसं गेली, असं तुम्हाला वाटतं; पण तसं नाही. कदाचित कधीकधी असं होतं की, वर्मी घाव बसतो, इथे लागलं तर मी चालू शकतो. तिथे जर लागलं, तर मला निदान काहीतरी पाच-दहा मिनिटं, पंधरा मिनिटं थोडं थांबावं लागतं, मग मी उभा राहतो. तेव्हा मी माणसं सोडूनच गेली आहेत असं नाही, तर हा त्यांचा थांबण्याचा, विसावा घेण्याचा काळ आहे इतकंच!

उत्तर : नाही, नाही. मी असं म्हणणार नाही. ते जरी परत आले, तरी ते पहिल्यापेक्षा चांगल्या स्थितीत असतील, असं मी म्हणेन. कारण, आता ते परततील, तर मी त्यांच्यावर आघात करू शकतो, या गोष्टीची त्यांना जाणीव असेल. आता माझ्या बाबतीत ते स्वच्छपणे परततील, तरी ते हिताचं ठरेल. ती 'दुसरी' माणसं होऊनच परत येतील. आता जर ती माणसं परत आली - तसे काही मित्र परतीच्या वाटेवर आहेत, काही परत आले आहेत - तर आता त्यांना या गोष्टीची स्पष्ट कल्पना आहे की, कुठल्याही प्रकारे त्यांचा पाठपुरावा करण्यात मला रस नाही आणि शेवटी हे बळ ठरेल, असं मला वाटतं. जर मी तुमचा कुठल्याही प्रकारानं पाठपुरावा करत नाही आणि कुठल्याही प्रकारे तुम्हाला राजी करण्याचा मुळीच प्रयत्न करत नाही - तर तुमच्या-माझ्यात जास्त प्रामाणिक, सरळपणाचे संबंध निर्माण होतील, असं मला वाटतं. कारण, हे धोका देणं आहे. जर मी गांधींच्या विरोधात आहे; पण बोलून दाखवत नाही, तरीही मी फसवतोच आहे. समजा, एखादा माणूस माझ्याकडे येतो आणि मी कुराणाच्या विरोधी आहे - आणि हा माणूस मुसलमान आहे म्हणून केवळ मी कुराणाच्या विरोधात बोलत नसेन, तरीही मी फसवतोच आहे. आमच्यातले संबंध कधीच प्रामाणिक असू शकणार नाहीत. मी कसा आहे, ते मला स्पष्ट माहीत आहे.

तेव्हा आता हळूहळू सुमारे दोन वर्षांत मी अशी परिस्थिती निर्माण करेन की, मी बरा-वाईट जसा आहे - तसाच आहे. तुम्ही माझ्याकडे येता तेव्हा तुम्हाला ती स्पष्ट कल्पना असते; त्यामुळे तुम्ही परत जाण्याची शक्यता कमी होईल. आधी अडचण होती. परतण्याची भीती सतत पाठलाग करत होती. तो प्रश्न होता; पण ती भीती मी पूर्ण संपवतो - मग मामला सरळ-स्वच्छ होऊन जातो. 'हा माणूस असा आहे,' असं गृहीत धरूनच तुम्ही माझ्याकडे येता. माझ्याबरोबर दोन तास बसायचंय, तर हे सगळं शक्य आहे. मग आपण काही काम करू शकू आणि आपल्यातले संबंध चांगले राहतील, असं मला वाटतं - नाही तर राहिले नसते आणि साध्यातल्या साध्या माणसांची नाही, तर मोठमोठ्या माणसांबाबतही हीच अवस्था आहे.

एक मोठे संत त्यांच्या आश्रमात रोज माझी पुस्तकं वाचायचे - पठण करायचे - बरीच वर्षं हा परिपाठ होता - आणि बसून सगळ्या साधकांना समजावून सांगायचे. मी गांधींच्या विरुद्ध बोललो - आणि तिथून माझी सगळी पुस्तकं बाजूला काढली गेली. ती पुस्तकं तीच आहेत, त्यात मी काही फरक केलेला नाही; पण मी गांधींविरुद्ध बोलल्यावर त्यांच्या बाबतीत सगळी गडबड झाली. आता मला वाटतंय की, झालं ते बरंच झालं. नाहीतर ते व्यर्थ मेहनत करत होते. ते माझी पुस्तकं समजू शकणार नाहीत. ते चुकून-माकून चाललं होतं.

तेव्हा ही अवघड गोष्ट तर आहेच - खूप वेळखाऊही आहे; पण थोडं जरी काम होऊ शकलं, तर होईल आणि वाटेल - 'काम झालं.' नाहीतर काम होऊ शकणार नाही. पसारा खूप दिसेल; पण त्यातून निष्पन्न काहीच होणार नाही. त्यातून काहीच मिळणार नाही.

प्रश्न : ओशो, अच्छा! तुमचं जे आंदोलन आहे, प्रवृत्ती वगैरे तुम्ही म्हणता, त्याकडे जर व्यक्ती या दृष्टीनं बघितलं, तर शेवटी उद्देश काय आहे? आणि सामाजिक दृष्टीनं पाहिलं तर याचा एम - हेतू काय आहे? तुम्हाला शेवटी कुठं जायचं आहे?

उत्तर : दोन्ही दृष्टीनं एकच आहे, एकच गोष्ट आहे - व्यक्ती या दृष्टीनंही आणि समाजाच्या दृष्टीनंही. व्यक्तीची आनंद मिळवण्याची जेवढी शक्यता आहे, ती प्रकट होत नाही - होऊ शकत नाही. कधीतरी एखाद-दुसऱ्या माणसात ती प्रकट झालीय; पण मोठ्या प्रमाणात झाली नाही आणि आनंदाची शक्यता व्यक्त होत नसेल, तर व्यक्ती जो समाज निर्माण करते, तोही दु:खाचाच समाज असतो - दु:खी समाजच असतो.

म्हणून दोन्हीच्या मागचा माझा हेतू एकच आहे - माणसाला जास्तीतजास्त आनंद कसा मिळेल. जो मार्ग मला आनंदाचा वाटतो, ज्या मार्गानं मला आनंद मिळतो, तो मला तुम्हाला सांगावासा वाटतो. तुम्ही तो मान्यच करावा, अशी माझी मुळीच अपेक्षा नाही. मी माझं कर्तव्य करून टाकतो. म्हणजे पाहा - मी जिथे उभा आहे, तिथून प्रकाश दिसतोय हे मला समजतंय आणि तुम्ही तुमच्या जागेवरून अगदी दोन इंच जरी सरकलात, तरी माझ्या एवढ्याच प्रकाशाचे धनी व्हाल. म्हणून मी तुम्हाला दोन इंच बाजूला सरकवू बघतोय. त्यातही मी तुमच्यावर कसलीच दया करत नाही. त्यातही आनंद वाटण्यानं - आनंदात दुसऱ्याला सहभागी केल्यानं मला आनंद मिळेल, एवढाच भाग आहे. तुमच्यावर दया करण्याचा भाव नाही, तुमच्याशी काही देणं-घेणं नाही.

माझा स्वत:चा अनुभव सांगतो की, आनंद मिळतो, तेव्हा तर आनंद होतोच,

जेव्हा तो आनंद आपण इतरांना देतो, इतरांना त्यात सहभागी करून घेतो, तेव्हा तो आनंद कोट्यवधी पटींनी वाढतो; त्यामुळे मी माझा आनंद कोटीपट करतोय. जितक्या जास्त माणसांना तो मिळेल, तितका जास्त तो मला मिळेल आणि उद्दिष्टाचा काही विचार नाही. माझी दृष्टी नेहमी 'वर्तमाना'वर असते. म्हणजे हे तुम्हाला 'आत्ता' मिळू शकतं, असं मला वाटतं. थोड्याशा अंतराची गरज आहे. तुम्ही जिथे उभे आहात, तिथून कदाचित थोडीच दिशा बदलायची आहे आणि तो आनंद तुम्हाला मिळू शकतो.

तेव्हा जितकी माणसं माझ्याजवळ येतील, त्यांना मी हे सांगत पुढे जाणार. जर त्यांना पटलं, तर त्यांना वळवून उभं करायचीही माझी तयारी आहे. जिथून मला उजेड दिसतोय, त्यांचं तोंड त्या दिशेला वळवून द्यायची माझी तयारी आहे. सवयीमुळे त्यांनी ज्या दिशेला कधी वळून बघितलंही नाही, त्या दिशेला त्यांना वळवायची माझी तयारी आहे. असं करण्यात मला आनंद मिळतोय. अर्थात तुम्हाला त्यातून तो मिळेल, नाही मिळेल हे मी खात्रीनं सांगू शकत नाही. मी तुम्हाला वळवू शकेनच, अशीही गरज नाही; पण मी तुम्हाला वळवायचा प्रयत्न केला, यातही मला आनंद आहे आणि व्यक्ती बदलली तर माझ्या दृष्टीनं समाजही बदलतो.

प्रश्न : ओशो, तुम्ही ज्या दृष्टीनं प्रेमाच्या माध्यमातून ज्या समाजाची कल्पना करता, चित्र रंगवता, त्या समाजाचीही विशिष्ट रचना असेल, काहीतरी नियम-अटीही असतील, नियंत्रण वगैरे काही असेल की नाही?

उत्तर : पुन्हा कधीतरी बोलू. उद्या-परवा बोलू.

मनाच्या पलीकडे

प्रश्न : निराकार वस्तूचे ध्यान होऊ शकते का? आणि होऊ शकत असेल तर निराकार, निराकारच होऊन राहील का?

उत्तर : ध्यान साकार काय किंवा निराकार काय याच्याशी काहीही संबंध नाही. ध्यानाचा विषय-वस्तूशी काहीही संबंध नाही. ध्यान विषय-वस्तूविरहित आहे. गाढ झोपेसारखे हे आहे; परंतु झोपेमध्ये चेतना नसते. ध्यानामध्ये चेतना पूर्णरूपात असते. अर्थात, झोप ही अचेतन ध्यानच आहे. ध्यान हे सचेतन (पूर्ण शुद्धीत) झोपेसारखे असते.

गाढ झोपेमध्ये आपण जसे ध्यानामध्ये असतो त्याच अवस्थेत असतो, परंतु बेशुद्ध. ध्यानामध्ये आपण झोपेमध्ये जसे असतो तसेच असतो.

जागेपणी झोपणे ध्यान आहे किंवा झोपेत असतांना जागणे म्हणजे ध्यान.

तरीही ज्याला जायचे आहे ते साकारही नाही आणि निराकारही नाही. ते आकारामध्ये निराकार आहे. प्रत्यक्षात तेथे संघर्ष नाही. द्वैत नाही. आणि म्हणूनच

आपले सारे शब्द व्यर्थ ठरतात. तेथे न ज्ञाता आहे ना ज्ञेय, ना दृश्य आहे ना द्रष्टा आहे. म्हणून तेथे जे आहे त्याला सांगणे अशक्य आहे. कठीण नाही, अशक्य आहे. ध्यान आहे मनाचा मृत्यू आणि भाषा आहे. मनाची अर्धांगिनी ती मनाच्या बरोबरच सती जाते. ती विधवा बनून जगणे पसंत करत नाही आणि जगली तरी जगू शकत नाही, आणि तिचा पुनर्विवाह होऊ शकत नाही. कारण की मनाच्या पलीकडे जे काही आहे ते तिला विवाहासाठी अनुत्सुकच आहे.

तिचा विवाहही झाला आहे तो शून्यतेबरोबरच!

प्रश्न : ध्यान कशाला म्हणतात? आणि ते करायची काय पद्धत आहे?

उत्तर : विचार नसलेली चेतना ध्यान आहे. (मनात कोणाचीही स्थिती नसलेली अवस्था म्हणजे ध्यान) आणि निर्विचारासाठी विचारांबद्दल जागरूक असणे ही पद्धती आहे. विचारांचा सतत प्रवाह म्हणजे मन आहे. या प्रवाहाच्यासाठी बेशुद्ध होणे, निद्रिस्त होणे, अजागरूक होणे ही साधारणपणे आपली अवस्था असते. या बेशुद्धावस्थेतून निर्माण होते एकरूपता! 'मी' हे मनोमनी पटायला लागते. जागा आणि विचारांकडे बघा. जसे रस्त्यात चालणाऱ्या लोकांना किनाऱ्यावर उभे राहून बघाल. जसे आकाशातील ढग बाजूला व्हावे आणि आकाश पूर्ण दिसायला लागेल, विचारांशिवाय रिकाम्या मनाचे आकाश स्वतःची मौलिक स्थिती आहे. तीच समाधी आहे.

ध्यान पद्धती आहे. समाधी उपलब्धता आहे. परंतु ध्यानाच्या बाबतीत विचार करू नका. ध्यानाच्या बाबतीत विचार करणे हाही विचारच आहे. त्यामध्ये जा, डुंबा ध्यानाचा विचारच करू नका. स्वाद घ्या. मनाचे काम आहे झोपणे आणि विचार करणे. जगण्यामध्ये त्याचा मृत्यू आहे आणि ध्यान आहे जागणे.

म्हणून मन सांगते चला, ध्यानाच्या बाबतीतच विचार करू. ते त्याच्या आत्मसंरक्षणाचा शेवटचा उपाय आहे. त्यापासून सावधान राहा. विचार करण्याची जागा, ते बघणे यावर भर देणे विचार नाही, दर्शन एवढेच याचे मूलभूत सूत्र आहे. बघणे वाढते तर विचार क्षीण होतात. साक्षी जागते. ध्यान यायला लागले की, मन निघून जाते. साऱ्या जगाचे द्वार मन आहे. ध्यान मोक्षाचे द्वार आहे. मनापासून जे मिळवले ते ध्यानामध्ये हरवून जाते. मनापासून जे हरवते ते ध्यानात मिळते.

प्रश्न : ध्यानामध्ये खोलवर उतरल्यानंतर दिवसे-न्-दिवस ध्यानाची वाढ कशा प्रकारे होते आणि ध्यानाची शेवटची अवस्था काय आहे?

उत्तर : तुम्ही जेवण करता; परंतु ते पचवावे लागत नाही. ते पचते. तसेच आपणही विचारांच्या बाबतीत बेहोश राहू नका एवढेच तुम्ही करा. हे आहे ध्यानाचे जेवण. नंतर त्याचे आपोआप पचन होते. ते पचवणे याचा अर्थ ध्यान तुमच्या रक्तात मिसळणे. ध्यानाची खोली जेवण तुम्ही करा आणि ते पचवणे ईश्वरावर सोडून द्या.

हे काम त्याने नेहमीच स्वतःच्या हातात ठेवलेले आहे.

परंतु भोजन जरी तुम्ही पचवू शकत नसलात तरी त्या पचनामध्ये अडथळा जरूर आणू शकतो. ध्यानाच्या बाबतीतसुद्धा हेच खरे आहे. तुम्ही ध्यानाची खोली अधिकाधिक वाढवण्याच्या स्थितीत अडथळा जरूर आणू शकता. विचारांच्याबाबत अधिकाधिक सूक्ष्म जागरूक आणि विचारांकडे झुकणे हीच बाधा आहे. शुभ किंवा अशुभ यांच्या मध्ये निवड न करणे, निंदा आणि स्तुती या दोन्हीपासून सुटका करून घेणे. कोणचाही विचार ना चांगला आहे ना वाईट आहे. विचार फक्त विचार आहेत. आणि तुम्हाला विचारांची बूज राखायची आहे. अत्यंत सूक्ष्म निवडसुद्धा जागरूकतेमध्ये बाधा आणते. तराजूची दोन्ही पारडी जेव्हा सारखी असतील तेव्हाच 'ध्याना'चा काटा स्थिर राहतो. आणि ध्यानाचा काटा एकदा स्थिर झाला की, तराजू पारडे आणि काटा अदृश्य होतात.

प्रश्न : स्वाध्याय आणि ध्यानामध्ये काय अंतर आहे?

उत्तर : स्वाध्याय म्हणजे स्वत: अध्ययन - अभ्यास करणे आणि स्वतःचे अध्ययन विचारांशिवाय शक्य नाही. म्हणून स्वाध्याय - स्वत: अध्ययन करणे ही विचारांची प्रक्रिया आहे. परंतु ध्यान आहे विचारांच्या पलीकडे. ते आहे विचारांची बूज राखणे. स्वाध्याय - स्वत: अध्ययन म्हणजे विचार. ध्यान म्हणजे जागणे. विचारांमध्ये जागणे नसते कारण की जगणे आणि विचार करणे आता गेले. सारासार विचार करण्यासाठी निद्रा आवश्यक आहे.

विचार करणे म्हणजे डोळे उघडे ठेवून स्वप्न बघण्यासारखे आहे. स्वप्न अनादिकालापासून सारासार विचार आहे. स्वप्न म्हणजे चित्रांच्या भाषेत विचार करणे. विचार करणे हे स्वप्नाचे सभ्य रूप आहे. विचारांमध्ये चित्राच्या जागी शब्द आणि प्रत्यय अनुभवायला येतात.

परंतु ध्यान हा एक वेगळाच पैलू आहे. तो स्वप्नापासून मात्र वेगळा आहे. ते विचारांच्या पलीकडे जाते. स्वप्न बेहोश/अचेतन मनाचे चिंतन आहे. ध्यान मनाच्या पलीकडे आहे. जागृत आहे.

जागरूक मन जेव्हा इतरांना विषय बनवतेल, तेव्हा तोही विचार आहे, आणि स्वतःला विषय बनवते तेव्हाही!

ध्यानामध्ये विषयापासून अलिप्त राहायला हवे. विषय नाममात्र, विषय काय आहे! यामुळे काहीही मूलभूत फरक पडत नाही. संपत्ती आहे का धर्म, तुम्ही आहे का दुसरा, मूलभूत फरक- रूपांतरित किंवा क्रांती घडते तेव्हा ती चेतना/ जागृतता विषयाच्या बाहेरची होते. कारण तेव्हाच स्वतःला ओळखले जाऊ शकते. जेव्हा चेतनेच्या कडून जाणून घेण्यासारखे काहीही शिल्लक राहत नाही तेव्हा स्वतःची

ओळख पटते. ज्ञेय जाणणारे जेव्हा कोणीही नसेल तेव्हा आत्मज्ञान होते.

स्वाध्याय आहे स्वतःसंबंधी विचारविनिमय आणि ध्यान आहे स्वतःला जाणून घेणे.

आणि निश्चितपणे ज्याला ओळखतच नाही त्याच्या बाबतीत काय विचारविनिमय करणार! आणि ज्याला तुम्ही जाणून घेतले आहे त्याच्या संबंधात विचार करण्याचा कुठे प्रश्न येतो? म्हणूनच स्वअध्ययनापासून सुटका करून घेणे अधिक चांगले. कारण ध्यानामध्ये त्याचाच अडथळा आहे आणि सर्वात जास्त प्रभावित आहे कारण की, त्याच्यामुळे ध्यान एक नाटकच बनते. त्याच्यामुळे मन खूप प्रसन्न होते. कारण अशा प्रकारे ते पुन्हा 'स्वयं'ला वाचवते. परंतु साधक मात्र भटकत राहतो. तो परत विषयाच्या बाबतीत गोंधळून जातो.

मन हे विषय उन्मुख असते. त्याला विषय पाहिजे असतो. तो विषय कोणता का असेना - काम असो राम ते विषयामुळे खूश असते. म्हणूनच ध्यानासाठी काम आणि राम या दोन्हीमधून अलिप्त होणे आवश्यक आहे. परका आणि 'स्व' या दोन्हींना एकाच भावनेने दूर करायला हवे. तेव्हाच ते प्रगट होते. जे 'स्व' आहे आणि परफेक्ट आहे.

प्रश्न : जागृती आणि साक्षित्व दोन्ही एकच आहे की, त्यामध्ये फरक आहे?

उत्तर : जागृती आणि साक्षित्व दोन्ही एक नाहीत. परंतु एकाच वस्तूची ती दोन टोके जरूर आहेत. ते जागरूकतेचे दोन अनुभव आहेत. चेतनेला असे एक टोक समजा की त्याच्या एका बाजूला फळ आहे. या टोकाच्या एका बाजूच्या फळासाठी अस्तित्व जागृत आहे आणि दुसरे फळ ज्या बाजूला आहे तेथे अस्तित्व जागृत आहे.

सजगतेमध्ये प्रथम दिलेला इशारा लागू आहे. साक्षित्वमध्ये दुसरा इशारा लागू आहे. ध्यान या दोन्ही गोष्टींच्या कोणत्याही टोकापासून सुरू करता येऊ शकते. कारण एक टोक अपरिहार्यपणे दुसऱ्या टोकालाही आपल्याबरोबर गुंडाळून आणते. सजग असाल तर साक्षी येईलच. साक्षी असाल तर सजगतापण येईलच.

जेथे अस्तित्व आहे तेथे दोन्ही आहे. जेथे जागृतता नाही तेथे दोन्हीही नाही आणि जेथे एक आहे तेथे अर्धअस्तित्व, अर्धबेहोशी आहे. साधारणपणे मनुष्य अर्धअस्तित्व, अर्धबेहोशी या अवस्थेमध्ये आहे. तो अर्धासजग, अर्धासाक्षी आहे. त्याची असण्याची जाणीव खूप अंधूक आहे. धुकं चारीही बाजूने दाटून आल्यावर कधी दिसतं, तर कधी नाही. काही दृष्टीस पडते किंवा काही दृष्टीस पडतही नाही. जो बघतो त्याची ही झलक कधी मिळते, तर कधी मिळतही नाही. 'ध्यान' या अर्धअवस्थेला संपवून टाकण्याचा एक प्रयत्न आहे. झोपेमध्ये, गाढ झोपेमध्ये, स्वप्नविरहित झोपेमध्ये 'सजगता' आणि 'साक्षी' दोन्ही झोपलेल्या असतात. ध्यानाच्या पूर्ण अवस्थेत त्या दोन्ही हरवतात म्हणून समाधी आणि सुषुप्ती विपरीत असूनसुद्धा

एका अर्थाने समान आहेत. सुषुप्तीमध्ये न सजगता आहे ना साक्षी आहे. कारण दोन्हीही निद्रावस्थेत आहेत. समाधीमध्ये दोन्हीही नाहीत. कारण की दोन्हीही हरवले आहेत. सुषुप्तीमध्ये पूर्णपणे बेहोशी आहे, म्हणून संघर्ष नाही. समाधीमध्ये पूर्ण जाणीव/ज्ञान आहे, म्हणून संघर्ष नाही. पूर्णता ही नेहमी अद्वैत असते. परंतु सुषुप्तीच्या गर्भामध्ये संघर्ष आहे कारण की समाधीमध्ये - संघर्षाचा मृत्यू होतो. ध्यान ही एक प्रक्रिया आहे, बेहोशीकडून जाणिवेकडे जाणारी. त्याची प्राथमिक दोन टोके आहेत- सजगता आणि साक्षित्व! बहिर्मुख व्यक्तीसाठी सजगतेपासून सुरुवात करणे सहज सोपे आहे. कारण सजगता बाहेरून सुरू होते. अंतर्मुख व्यक्तींसाठी साक्षीत्वापासून सुरुवात करणे सोपे आहे. कारण साक्षी अंतर्मनाच्या टोकापासून सुरू होते. ध्यानाचे हे प्रस्थान करणारे वेगळे बिंदू आहेत. परंतु उपलब्धता एकच आहे. जसे ध्यानामध्ये एक टोक स्पष्ट होते. तसेच दुसरे टोक अपरिहार्यपणे प्रकट होते. आणि जसे ही दोन्ही टोके पूर्णरूपामध्ये प्रकट होतात तेव्हा दोघांचे अतिक्रमण होते आणि हे अतिक्रमणाचे रूपांतर समाधीमध्ये होते. तेव्हा ते दोन राहत नाहीत. तेव्हा ते जे आहेत ते आहेत.

प्रश्न : ध्यानपूर्वक (एकचित्त) भावनेने केलेला जप फलदायी होऊ शकत नाही का?

उत्तर : जर ध्यानच करायचे असेल, तर करणे निरर्थक आहे. जप करणे हे ध्यानापासून सुटका करण्याचा प्रकार आहे. ते विचारांनाच मागच्या दाराने आतमध्ये आणण्याचा उपाय आहे. ध्यान आहे जागरण- सजगता- साक्षीभाव आणि जप-जाप्य हे जास्तीत जास्त आत्मसंमोहन आहे. स्वत:ला झोपवण्याचा उपाय आहे. झोप येत नसेल तर ते उपयुक्त आहे. जशी झोपेमुळे येते तशी शांतता देणारेही आहे. शब्दांचा पुनरुच्चार आत्मसंमोहन बनतो, कोणत्याही शब्दांचे मग तो कोणताही असो, ओम् असो वा कोका कोला! अस्वस्थ मन स्वत:ला विसरण्यासाठी नेहमीच तयार असते म्हणून तर मादक द्रव्यांचे इतके आकर्षण असते. जप वगैरे ही अरासायनिक मादक द्रव्ये आहेत. परंतु विसरण्याने काय होणार? विस्मरण म्हणजे तर युक्ती नाही? जे पुन्हा आहे ते पुन्हा येत राहणार. परत-परत येणार. बेहोशी किती वेळ राहणार? नाही, असे चालणार नाही. स्वतःला बदलायलाच हवे. विस्मरण नको रूपांतरच पाहिजे. ध्यान रूपांतर आहे आणि म्हणूनच जप यापेक्षा वेगळे आहे. ध्यान हे स्मृतीपूर्वक व्हायला हवे. बाहेर किंवा आतमध्ये जागेपणी होणाऱ्याचे नाव 'ध्यान' आहे.

जप क्रिया आहे. ध्यान अक्रिया आहे. जपामध्ये काहीतरी करावे लागते म्हणून ते मानसिक आहे. आणि मनाची कोणतीही क्रिया कधीही मनाच्या बाहेर नेली जाऊ शकत नाही. ध्यान आहे जागरण, बघणे, साक्षित्व. ती क्रिया नाही ते साऱ्या क्रियांचे

विश्रांती स्थान आहे, म्हणूनच ध्यान मनाच्या पलीकडे आहे आणि सजातीय आहे, त्याला जाणून घेण्याचा तो एक मार्ग आहे.

प्रश्न : कल्पनेने कल्पना संपवली जात नाही का?

उत्तर : कल्पनेने कल्पना नष्ट होते, पण कल्पना करणारे मन नष्ट होत नाही आणि कल्पनेला नष्ट करायचे नसून मनालाच करायचे आहे. कल्पना करा किंवा कल्पना करू नका दोन्हीही स्थितींमध्ये मन भक्कम असते. कारण की दोन्ही अवस्थेमध्ये त्यांची शक्ती कामी येते. जायचे आहे मनाच्या बाहेर आणि ते त्याला भक्कम करून होऊ शकत नाही. त्यामुळे असे काही करा की, जे मनाला दुर्बल बनवेल, अपरिहार्य बनवेल, नष्ट करेल. परंतु काहीही करू नका ते भक्कमच राहील. कारण की सारे काही त्याचेच करणे आहे तेव्हा काहीही न करणे, अक्रियेशिवाय आणि कोणताही मार्ग नाही. न करणे अर्थात पुरे करणे. तेव्हा मात्र आहे आणि काही करत नाही, तेव्हा हे जागरण- जागृतता येते ते ध्यान आहे.

आणि ध्यान आहे मनापासून मुक्ती. ध्यान म्हणजे शांती. मन हे वाहन आहे. सत्यामध्ये शांती. जगाच्या वाहनांत सत्याची बाजू साधक तर नाहीच, बाधक आहे. जमिनीवर बैलगाडीने जातो. परंतु आकाशात बैलगाडी न उडेल तर चांगले. ते आपल्याही हिताचे आहे आणि बैलांच्याही हिताचे आहे. परंतु बैलगाडी चांगली माहीत असल्याने मनात एक विचार येतो जी जमिनीवर चालत होती ती आकाशामध्ये का नाही चालणार? यामध्ये बैलगाडीचा काही दोष नाही. दोष असेल तर तो आकाशाचा असेल कारण ते पृथ्वी नाही.

परंतु असे काही होऊ शकेल का की बैलगाडी आकाशामध्ये उडू शकेल. कारण आकाश आणि पृथ्वी भिन्न आहेत. परंतु विरोधी नाहीत. परंतु मनाच्या सत्यामध्ये कधीही कोणतीही गती होऊ शकणार नाही. कारण की जग (संसार) आणि सत्याच्या बाजू परस्परविरोधी आहेत. जसे स्वप्नामध्ये जागणे शक्य नाही. जोपर्यंत स्वप्न आहेत तोपर्यंत जागेपण नाही आणि जेव्हा जागेपण आहे तेव्हा स्वप्न नाही. स्वप्ने येण्याची मूलभूत अट झोप हीच आहे. हीच अवस्था मन आणि सत्याची आहे. जोपर्यंत मन आहे, तोपर्यंत सत्यही नाही आणि जेव्हा सत्य आहे, तेव्हा मन शोधूनही मिळणार नाही. सत्याला येऊ द्यायचे असेल तर मनाला विसरायला हवे. त्याच्या रिकाम्या ठिकाणीच सत्याचे सिंहासन निर्माण होते.

प्रश्न : मनात निर्माण होणाऱ्या वाईट भावनांना कशा प्रकारे रोखले जाईल?

उत्तर : जरी रोखायचे असले तरी त्याला रोखू नका, रोखले तरी ते येणार! त्यासाठी निषेधाला नेहमीच आमंत्रण असते आणि दाबून ठेवल्याने त्याची शक्ती कमी होत नाही किंबहुना ती वाढतेच. कारण की दाबल्याने त्या मनामध्ये अधिक

खोलवर रुजल्या जातात आणि या भावनांना वाईट म्हणून समजू नकाच. कारण वाईट म्हटले की, त्यामध्ये लगेच शत्रुत्व येते आणि संघर्ष सुरू होतो आणि स्वतःमध्ये स्वतःशी संघर्ष होणे हे संतापजनक आहे. अशा संघर्षामुळे विनाकारण शक्ती खर्च होते आणि ती व्यक्ती दुर्बल बनते. जिंकण्याचा नाही पण हरण्याचा तो एक मार्ग आहे मग काय करायचे?

पहिली गोष्ट- हे वाईट हे चांगले असे समजूच नका. फक्त भाव आहे. त्याची काही किंमत ठरवू नका कारण तेव्हाच तटस्थपणा शक्य आहे.

दुसरी गोष्ट- रोखू नका. बघत राहा. कर्ता नको. द्रष्टा व्हा. तरच संघर्षापासून बाजूला होऊ शकतो.

तिसरी गोष्ट जे आहे ते आहे. त्याला बदलू नका. त्याचा स्वीकार करा. जे काही आहे ते ईश्वराचे आहे म्हणून तुम्ही त्याच्यामध्ये न येणेच चांगले आहे. तुम्ही मधे येण्यामुळेच अशांती निर्माण होईल आणि अशांतीमध्ये रूपांतराची शक्यता नसते. सारे काही स्वीकारणे. याचा अर्थ हाच की, तुम्ही मधून बाजूला झालेला आहात आणि तुम्ही बाजूला झालात की क्रांती आहेच. कारण की ज्याला तुम्ही वाईट भावना म्हणत आहात त्याच्या निर्मितीचे/प्राणाचे केंद्र अहंकार आहे. अहंकार आहे तर भावना आहेत. अहंकार गेला की त्या गेल्या. तुम्ही बाजूला झालात की, त्या सगळ्या बाजूला होतात. ज्याला आपण जन्मोन्‌जन्म बाजूला करू इच्छित होतो आणि त्या बाजूला होत नव्हत्या त्या सगळ्यांची कारणे तुमच्यामध्येच लपलेली होती. परंतु आता असं वाटतंय की तुम्ही विचारांत पडला आहात? विचार करू नका, बाजूला व्हा. फक्त बाजूला व्हा आणि बघा. जसे अंधळ्याला एकाएकी दृष्टी मिळते. बस असेच सारे काही बदलून जाते. जसे अंधारामध्ये अचानकपणे दिवा प्रज्वलित होतो असेच काहीसे सारे बदलते म्हणून कृपा करा आणि बाजूला व्हा.

प्रश्न : असाही एखादा जप आहे का जो सहजपणे जपाचे व ध्यानाचे स्वरूप प्राप्त करून घेईल?

उत्तर : नाही, कारण असहज सहज कसे होईल? असहज सहज कधीच बनत नाही. असहजापासूनची मुक्ती सहजतेत घेऊन जाते. प्रयत्न अप्रयत्नाचे द्वार नाही. प्रयत्नापासून मुक्ती हेच प्रयत्न न करण्याचे द्वार बनते आणि सत्य प्रयत्नांनी मिळू शकत नाही. कारण की, ते तर आहेच आणि मिळालेलेही आहे. प्रयत्नामध्ये तुम्ही आहात म्हणून त्यापासून सुटलो आहोत ते जवळच आहे आणि नेहमीसाठी उपलब्धही!

परंतु आपण मग्न असतो. त्यांच्याबाबत अनभिज्ञ असतो. परंतु अनभिज्ञता तर सारखीच आहे. कोणी संपत्ती मिळवण्यात मग्न, कुणी धर्म मिळवण्यात, कुणी सिनेमा गीत गाण्यात दंग आहे, कोणी जप-जाप्य करण्यात, कोणी माळ ओढण्यामध्ये

दंग आहे. कुणी धूम्रपानामध्ये, कुणी कागदाच्या शास्त्रामध्ये गुंतून पडला आहे. कुणी कागदाच्या पानामध्ये मग्न आहे.

परंतु सगळे त्याच्यासाठी अनभिज्ञ आहे, जे आहे ते सगळीकडे, नेहमीसाठी! एकामध्ये दंग असताना मन कंटाळून जाते. मग ते लगेच दुसऱ्या मग्नतेचा स्वीकार करते. धूम्रपानामध्ये वैताग येतो तेव्हा ते माळ ओढायला लागते, दुकानामध्ये वैतागते तेव्हा ते मंदिराचा शोध घेते. परंतु ते (मन) स्वतःला रिकामे ठेवत नाही. जेव्हा ते आहे तेव्हा अव्यस्त क्षणांसाठी अंतराळातच जाणार आणि जगणार. त्याला शोधू नका. ते तर इथेच राहणार. त्यासाठी धरू नका. ते तर इथेच आहे. त्याच्यासाठी प्रयत्न करू नका, कारण की ते निर्माण करायचेच नाही ते तर आहेच. फक्त तुम्ही आता इथे असाल तर ते इथेच प्रगट होईल.

प्रश्न : तुम्ही गुरूचा निषेध करता, परंतु काम तर गुरूचेच करत आहात?

उत्तर : ते कामच असे आहे की जो निषेध करतो, तोच ते करू शकतो. जो म्हणतो की तो गुरू आहे, तो तर शिष्य होण्याच्या योग्यतेचाही राहत नाही. परंतु ना मी गुरू आहे आणि ना मी गुरूचे काम करत आहे. मी कुणालाही काहीही शिकवू इच्छित नाही. किंबहुना जे कुणी काही शिकले आहे त्याला सुद्धा अशिक्षित व्हायला सांगतो. मी कुणालाही ज्ञान देत नाही उलटे ज्ञान हिसकावून घेतो.

मी कुणालाही सिद्धांत देत नाही. उलट त्यांचीच सिद्धांतापासून सुटका करतो. मी शास्त्र भंजक आहे म्हणूनच मी शास्त्र निर्माण करणारा कसा होऊ शकतो? मी सत्याच्या बाजूचा नाही, त्या शून्याच्या कडेच नेहमी इशारा करतो. त्यामुळे मला पकडणे आणि माझी पूजा करण्याचा तर काहीच उपयोग नाही. मी स्वतःच शून्य आहे. आणि दुसऱ्यांनाही त्या शून्याकडे बोलावतो आहे. मी मोक्षाचे नाही, फक्त महामृत्यूचेच आश्वासन देतो. आता मला जरी वाटले तरी मी कसा गुरू बनू शकेन? परंतु मला असे वाटतच नाही. कारण की मी जो आहे किंवा नाही. पर्याप्त आहे, आणि दुसरे काहीही व्हावेसे मला वाटत नाही. जेव्हापासून त्याला ओळखू लागलो, तेव्हापासून काहीही होण्याची इच्छा उरली नाही. धावाधावही नाही, धावणाराही हरवून गेला आहे. आता तर मी चमत्कारच आहे. कारण की, नाही पण आहे आणि तरीही आहे.

प्रश्न : मनाला स्थिर कसे करणार? त्याच्यावर उपाय काय आहे?

उत्तर : मन स्थिर असतच नाही. प्रत्यक्षात अस्थिरता-चंचलता म्हणजेच मन आहे. म्हणूनच मन एक तर असते किंवा नसते. मन किंवा मनाशिवाय फक्त या दोनच अवस्था आहेत. मनापासून सत्य विश्वासारखे दिसते. विश्व अर्थात चंचलतेच्या मार्गाने दिसलेले ब्रह्म आणि मनाशिवाय जे आहे ते तसेच दिसते जसे आहे. सत्य

जसे आहे तसेच त्याला जाणून घेणे ब्रह्म आहे म्हणूनच मन स्थिर करण्याबाबत काही विचारूच नका. मनाला स्थिर करायचे नाही, परंतु त्याला मिटवायचे आहे. शांत-वादळासारखी गोष्ट कधी बघितली-ऐकली आहे. तशीच शांत मनासारखी दुसरी कोणती गोष्ट नाही. मन अशांतीचाच पर्याय आहे.

आणि तेव्हा उपाय काय असा प्रश्नच निर्माण होत नाही. सारे उपाय मनाचेच आहेत. मनाला मारायचे असेल, उपाय नाही. त्यासाठी निरुपाय शोधावा लागेल. उपाय केल्यावर मन मारले जात नाही ते अधिक जिवंत होते. कारण उपाय तेच करत असते आणि मनच जे करते त्याला मन कसे मारणार? मग काय करायला हवे? नाही काहीच करू नका. फक्त जागेपणी साऱ्या गोष्टी बघत राहा. मनालाच बघा. मनाच्या बाबतीत सावध व्हा आणि मग हळूहळू मन विरघळू लागते, पाघळते. असे साक्षीभाव सूर्योदयप्रमाणे मनाच्या दवबिंदूंचे बाष्पीभवन करतो. पाहिजे तर असे म्हणा की हाच उपाय आहे.

प्रश्न : साक्षीभावाने मनाला बघितल्यावर मन जेव्हा विचारविरहित होते, त्याच्यानंतर काय परिस्थिती असते?

उत्तर : परिस्थिती! परिस्थिती तेथे असतेच कुठे? सगळ्या परिस्थिती संपतात आणि तेच शिल्लक राहते जे आहे. आणि जे आहे ते नेहमीचे आहे. परिस्थिती प्रत्येक क्षणाला बदलते. ते कधीच बदलत नाही. परिस्थिती परिवर्तनीय आहे आणि ते सनातन आहे. परिस्थितीमध्ये सुख आहे, दु:ख आहे. सुख दु:खामध्ये बदलते, दु:ख सुखामध्ये बदलते. कारण की तेथे परिवर्तनच होत नाही. तेव्हा तेथे जे आहे, त्याचेच नाव आनंद आहे. ध्यानामध्ये आनंद, सुख नाहीच, कारण सुख तेच आहे, जे दु:खामध्ये बदलू शकते.

आणि आनंद दु:खामध्ये बदलत नाही. आनंद बदलत नाही त्यामुळे आनंदाच्या व्यतिरिक्त कोणतीच अवस्था तेथे नाही. आनंद एकटाच आहे. आनंद अद्वितीय आहे. अशाच परिस्थितीमध्ये जन्म आहे, मृत्यू आहे. जेथे जन्म आहे तेथे मृत्यू असणारच! त्या एकाच नाण्याच्या दोन परिवर्तनीय अवस्था आहेत. जन्म मृत्यू बनून राहतो. नंतर मृत्यू जन्म बनतो. याच चक्राचे नाव परिस्थिती आहे आणि तेथे सत्यामध्ये ना जन्म आहे ना मृत्यू आहे. म्हणतात की तेथे जीवन आहे. जन्माच्या उलट परिस्थिती मृत्यू आहे. जीवनाच्या उलट काहीच नाही. तेथे जीवन आहे. जीवन आहे आणि जीवन आहे. या अनंत जीवनाचे नावच ब्रह्म आहे.

प्रश्न : जागृतीशी तुमचे तात्पर्य काय आहे? क्षणोक्षणी जागृत जीवन कसे जगतात?

उत्तर : जागृतीचा अर्थ फक्त जागृती! मनुष्य साधारणपणे झोपता-झोपता

जगतो. स्वतःचे विस्मरण झोप आहे आणि स्वतःची आठवण जागृतावस्था आहे. असे जीवन जगा की कोणतीही अवस्था स्वतःला विसरू शकणार नाही. उठता-बसताना, चालताना, फिरताना, कष्ट करताना, विश्रांती घेताना स्वतःला विसरणार नाही. 'मी' आहे याची जाणीव सतत ठेवा. नंतर हळूहळू 'मी' संपतो आणि आहे मात्र उरते. राग आला की समजा मी- आहे आणि राग येणार नाही कारण राग फक्त झोपेमध्येच प्रवेश करतो. विचारांनी घेरले तर समजा मी आहे- आणि विचार दूर व्हायला लागतील कारण की फक्त झोपेचेच सोबती आहे आणि जेव्हा मनामधून वासना, राग, लोभ सारे निघून जातील तेव्हा सगळ्यात शेवटी दूर होईल 'मी'! आणि जेथे मी नाही, तेथे ते आहे जे ब्रह्म आहे.

प्रश्न : गृहस्थी जीवन व्यतीत करत असताना आपल्या उद्दिष्टांची प्राप्ती कशी होईल?

उत्तर : गार्हस्थ्य किंवा संन्यस्त जीवनाचा प्रश्न नाही, प्रश्न आहे साक्षीचा! मी जे काही करत आहे त्यालाच मला साक्षी व्हायचे आहे. नंतर ते करायचे, मग ते घरासाठी असो वा आश्रमासाठी असो!

झोपेमधून आधी जागे व्हायला हवे. मग ती झोप पांढऱ्या कपड्यांमध्ये असो वा गैरिक कपड्यांमध्ये असो. प्रत्यक्षात तर जो साक्षी आहे. तो संन्यासी आहे आणि साक्षी कुठेही होता येऊ शकते. परिस्थिती विचार करणारीही नाही आणि त्यापासून दूर पळून जाणे निरर्थक आहे. पळून जाण्याने जागे राहू शकत नाही. कारण की पळून जाणे भीती आहे. भीतीच्या बाबतसुद्ध जागे राहा आणि पळतच आहात तर पळण्याच्या बाबतीत सुद्धा जागरूक राहा. जागरूकता जेथे पोहचवते तेथे शांती, मुक्ती आहे. तोच खरा संन्यास आहे. निश्चितच अशा संन्यासामध्ये खूप काही सुटून जाते; परंतु ते सोडत नाही, सुटून जाते. जसे झाडापासून वाळलेली पाने गळून पडतात बस, असे खूप काही आपोआप गळून पडते. अज्ञानाची त्याच्याबरोबर बेहोशी सारे सोबती निघून जातात. गार्हस्थ्य आणि संन्यस्त असे भेद करणे व्यर्थ आहे. बेशुद्धी आणि शुद्धी या भेदामध्ये काही अर्थ आहे.

प्रश्न : तुमचे साहित्य शास्त्रापेक्षा वेगळे नाही, तरीही तुम्ही शास्त्राला विरोध का करता?

उत्तर : मी साहित्याचा विरोधी नाही. परंतु शास्त्रीयता, अधिकार Authority च्या अवश्य विरोधी आहे. शास्त्रीयता सत्याचा शत्रू आहे. सत्त्वाचा पुरावा हाच सत्याचा शत्रू आहे. सत्य नेहमी विनम्र असते आणि शास्त्र नेहमी उद्धटासारखे असते. सत्याचा कोणताही पंथ नाही. सारे पंथ शास्त्रीय आहेत. सत्याचे कोणतेही मत नाही. वास्तविक जेथे मताचा शेवट होतो, तेथे सत्याची सुरुवात होते.

परंतु शास्त्रालाही मत आहे, शास्त्र म्हणजेच मत! गीता साहित्यासारखी अनुपम आहे, परंतु शास्त्रासारखी भयंकर! कुराण साहित्यासारखे अद्वितीय आहे; परंतु पंथासारखे अत्यंत विषयाने भरलेले म्हणूनच मला असे वाटते की, साहित्य असावे; पण शास्त्र नसावे. साहित्य सुटका करणारे आहे. शास्त्र बांधून ठेवणारे आहे.

प्रश्न : शास्त्र ऋषींची अनुभूती नाही का? जर आहे तर त्यापासून आपल्याला लाभ होऊ शकत नाही का?

उत्तर : स्वत: शास्त्रामध्येच अनुभूती नाही. खरंतर त्याचा जन्मच अनुभूतीतून झाला आहे. जसे शब्दकोशातील 'घोडा' शब्दात 'घोडा' नसतो. तसेच शास्त्राच्या शब्दांमध्ये सत्य नसते. घोडा तबेल्यात असतो, शब्दकोशात घोडा शब्द असतो. 'ईश्वर' शब्द शास्त्रामध्ये आहे आणि हा 'ईश्वर' म्हणजे 'ईश्वर' नाही. त्याला प्राप्त करायचे असेल, तर सारे शब्द सोडायला हवेत आणि शास्त्रामध्ये शब्दच आहेत, अर्थात त्याला प्राप्त करायचे असेल, तर साऱ्या शास्त्रालाही सोडावे लागेल. शास्त्रापासून ते मिळत नाही. किंबहुना तो परमेश्वर मिळाल्यावर शास्त्र जन्माला येऊ शकते. शास्त्र त्याला म्हणण्याचा प्रयत्न आहे. की जे म्हणू शकत नाही. म्हणून जे साहित्य सत्य असण्याचा दावा करते, ते या कारणामुळे असत्य होते. जो हे जगतो तो हेही जाणतो की, जे माहिती आहे ते सांगितले जाऊ शकत नाही. शास्त्र आहे असा दावा करणाऱ्या साहित्यामध्ये असा नम्रपणा असूच शकत नाही आणि म्हणून मी शास्त्राला विक्षिप्त झालेले शास्त्र म्हणतो.

ऋषी सत्य सांगण्याचा प्रयत्न करतात. परंतु ते सांगू शकत नाहीत. प्रत्यक्षात ते मौनामध्ये असते. ते शब्दांमध्ये सांगू शकत नाही. अनुभूती अनंत आहे आणि अभिव्यक्ती मर्यादित आहे. अनुभूती मनाच्या पलीकडे आहे. मनाच्या पलीकडे! आणि अभिव्यक्ती मानसिक आहे. म्हणून सत्यानुभूती आणि सत्याभिव्यक्तीमध्ये ताळमेळ असणे अशक्य आहे. शास्त्र याचे प्रमाण आहे या अशक्यतेचे आणि अपरिहार्य असफलतेचे आणि असमर्थतेचे! आणि या अशक्यतेमध्येच त्याचे सौंदर्यही आहे आणि जो हे सत्य जाणून फायदा घेऊ शकतो, परंतु ज्याला हे माहीत नाही तो शास्त्राला बांधला जातो. असीम हानीचा भागीदार होतो.

शब्दाचा एकच फायदा आहे, शब्दापासून सुटका! शास्त्राचा एकच फायदा आहे- शास्त्रापासून सुटका. भाग्यवान आहेत ते लोक जे शास्त्रापासून मुक्त झाले आहेत आणि ते तेथे पोहचतात जेथे ते सत्य आहे. आणि अभागी आहेत ते लोक जे शास्त्राशी जोडले जातात. कारण की ते तेथेच थांबतात जेथे फक्त शब्द आहेत आणि शब्दापेक्षा अधिक पोकळ आणि फसवी अशी दुसरी कोणतीही वस्तू नाही.

शब्द संकेत आहेत. संकेत पकडून ठेवण्यासाठी नसतात. जसे की मी बोटाने

चंद्र दाखवतो आहे. हा चंद्र आहे असे बोटाने सांगतो आणि कोणी माझ्या बोटालाच चंद्र समजून पकडेल अशीच चूक शब्द वापरताना होते. बोटाला सोडायचे आणि चंद्राला बघायचे. चंद्राला बघण्यासाठी अगदी बोटाला सोडून द्यायचे. बोटावर खिळून बसलेली दृष्टी चंद्राला कशी बघू शकणार?

ही जी खूप मजेशीर गोष्ट आहे, की शास्त्राचा जे लोक फायदा घेतात तेच शास्त्राला सोडू शकतात. निश्चितपणे हे धाडस फक्त धार्मिक मनच करू शकेल. धर्म साहसच आहे. परंतु जे भीतीमुळे धार्मिक आहे. ते विचार शास्त्रामध्ये सुरक्षितता, Security शोधतात. ते कसे त्याला सोडणार! आणि आपल्या या कमजोरीलाच ते धर्म म्हणून स्वीकारतात आणि धर्मच जेव्हा तुम्हाला कमजोरीपासून वाचवतो तेव्हा तो नष्ट होऊन जातो.

धर्म आपल्या कमजोरींना वाचवण्यासाठी नसून संपवण्यासाठी आहे. धर्मापेक्षा कोणतेही साहसी अभियान नाही, adventure नाही. कारण की धर्म स्वतःचेच मूलत: रूपांतर आहे. आणि बदल केव्हा शक्य असतो, जेव्हा आपण आपली सारी सुरक्षितता, कमजोरी, अज्ञान, भीती आणि पळपुटेपणा सोडायला तयार असतो.

परंतु आपण तर उलट स्वतःलाच उघडे पडण्यापासून वाचवतो. धर्माला आपली नग्नता झाकण्यासाठी वस्त्र म्हणून वापरतो आणि धर्म जेव्हा फक्त अग्नी असतो तेव्हा तो स्वतःला नष्ट करून टाकण्यासाठी असतो. स्वतःला वाचवण्यासाठी नसतो.

म्हणूनच आपण धर्मापासून स्वतःची सुटका करून घेण्यासाठी खोट्या धर्माची निर्मिती केली आहे. सत्यापासून सुटका करून घेण्यासाठी शब्दांना पकडून ठेवले आहे. सत्य आणि 'मी' स्वत: यांच्यामध्ये शास्त्राची भिंत उभी केली आहे. सत्यापासून दूर जाण्यासाठी पंथ तयार केला आहे.

प्रश्न : तुम्ही साधू-संन्यासी यांच्या विरुद्ध का आहात?

उत्तर : मी आणि साधूंच्या विरोधात! तुमच्या या प्रश्नाने मला अगदी आश्चर्यचकित करून टाकले आहे. साधूपणाच्या नावावर जो भोंदूपणा चालतो, त्याच्या मी विरुद्ध आहे. आणि साधूपणा प्रत्यक्षात दिसावा म्हणून हो विरोध आहे. भोंदूपणामुळे साधूपणाचे कोणतेही नुकसान नाही. धोका आहे तो खोट्या साधूपणामुळे. खणखणीत नाण्याला कोणतेही खडे-दगड नुकसान पोहचवू शकत नाही. नुकसान पोहचवते ते नकली नाणे. ते खऱ्या नाण्याला प्रवाहाच्या बाहेर फेकून देते. ढोंगी साधूपणामुळे खरा साधूपणा प्रगट होण्यामधील शक्यता खूप कमी झाली आहे. ढोंगी साधूंच्यामुळे साधूपणाचा अपमान होत आहे आणि ढोंगी साधूपणाचे पहिले लक्षण आहे, पांघरलेला साधूपणाचा बुरखा cultivated lenainna.

साधूपणा येतो तो आणला जात नाही. मी साधू असू शकतो, बनू शकत नाही.

सरावामुळे पांघरल्याने साधूपणा केवळ दिसतो. होऊ शकत नाही. साधूपणात आहे सहजता आणि सरळता आणि सराव नेहमीच अवघड असतो. सराव आहे संघर्ष आणि दमन! म्हणून सरावामुळे कुणी कधी साधू होऊ शकत नाही, असे होणेही अशक्य आहे. वांझ स्त्रीला मुलगा होण्याइतकेच ते अशक्य आहे.

सरळपणा समजूतदारपणामुळे, understanding ने येतो. स्वत:ला त्याच्या समग्रतेबरोबर समजून घेणे हा सरळपणाचा मार्ग आहे. जो स्वत:ला समजून घेतो त्याला वाटते की तो साधू बनला, पण तो साधू बनत नाही कारण की बनतो फक्त तोच, जो समजतो की तो नाही. असाधूच साधू बनतात. जे होतात तो बस होऊन जातात. त्याचा साधूपणा स्वत:साठी फक्त एक आविष्कार शोध discovery असतो आणि भोंदू साधूंचा साधूपणा दुसऱ्याच्या समोर केवळ एक देखावा आहे. सत्य- साधूपणा इतके सहज आणि सरळ असते की त्यांचे प्रदर्शन करण्याचा प्रश्नच येत नाही. ती तर येते स्वत:ला विलीन करण्याने! जेथे अहंकार आहे तेथे ती नाही. परंतु ढोंगी साधूपणा हा अहंकाराची सूक्ष्मतम निर्मिती आहे. म्हणून ती कपड्यांमध्ये आहे, म्हणूनच ती पंथामध्ये, संप्रदायामध्ये आहे- कर्मकांडामध्ये आहे- पद-पदवियांमध्ये संप्रदायामध्ये आहे. आणि कसे आश्चर्य आहे की साधू जैनही असतात, हिंदू असतात, मुसलमानही असतात. कमीत कमी साधू मनुष्य तरी असायला पाहिजे ना? साधूही महामडंलेश्वर असतात, जगद्‌गुरू असतात, पोप असतात. कमीत कमी साधू तरी पदांपासून मुक्त असायला पाहिजेत; परंतु असे दिसत नाही, कारण साधू हे साधू नाहीतच!

प्रश्न : तुम्ही 'संन्यास'च्या विरुद्ध आहात की संन्यासींच्या?

उत्तर : मी संन्यासाला जीवनातील सौंदर्याची उच्च अवस्था असे म्हणतो. तेथेच सत्याची फुले फुलतात आणि 'शिवम्'चा सुगंधही निर्माण होतो. म्हणून मी संन्यासामध्ये जीवनाची परमसार्थकता आणि धन्यता बघतो. ज्यांना संन्यास माहिती नाही त्यांना जीवनही समजले नाही. जीवन ज्यांना समजले आहे तेच जीवनापासून मुक्ती मिळवू शकतात. संन्यासाचा अर्थ आहे- असे जीवन की ज्याला बंधन नाही.

परंतु भोंदू संन्याशाच्या टोळीनेच संन्यासाला बंधनाची एक साखळी तयार करून घेतली आहे. गार्हस्थ विहीर आहे तर संन्यास दरी आहे. भोंदू संन्यासी गृहस्थीचे उलटे रूप आहे. तेथे बंधनापासून मुक्तता नाही, बंधनामध्ये बदल मात्र आहे आणि प्रतिक्रियेमध्ये नेहमीच असेच होते. प्रतिक्रिया क्रांती नसते. प्रतिक्रिया विरोध आहे आणि विरोध नेहमी त्याच्याशीच बांधलेला असतो, ज्याच्या तो विरोधी असतो. ती त्याचीच सतत एक साखळी असते. त्याच्यातील सातत्य तुटले नाही, कायम आहे. म्हणून संन्यासाची व्यवस्था गृहस्थपणाचेच सातत्य आहे.

खरंतर संन्यासाची व्यवस्था होऊ शकत नाही, संन्यासच व्यवस्थेचे अतिक्रमण आहे. म्हणून जसे संन्यासाला व्यवस्था प्राप्त होते, संघटन मिळते, अनुशासन आणि अनुशास्ता मिळतो तसा संन्यास संपून जातो. संन्यास व्यक्तिगत अनुभूती आहे आणि संन्यासी सामाजिक संस्था आहे. भोंदू संन्यासीमुळे 'संन्यासाचे' संगीत नष्ट झाले आहे. म्हणून मी असे सांगतो की, संन्यास तर हवा पण चांगला हवा. परंतु भोंदू संन्यासी अजिबात नसतील तर चांगले होईल.

प्रश्न : तुम्ही जर अध्यात्माचा प्रचार कराल, तर ते चांगले होणार नाही का? तुम्ही मधे मधे उगाचच राजकीय किंवा इतर विषयांची चर्चा करत बसता?

उत्तर : मी साऱ्या दृष्टिकोनातून आपल्याकडे बघतो. आणि अशी समग्र दृष्टी, Total vision लाच मी अध्यात्म म्हणतो. राजनीती एक विषय आहे, गणित आपल्या भागामध्ये; परंतु अध्यात्म काही त्यांच्यासारखा स्वतंत्र विषय नाही. अध्यात्म आहे 'संपूर्ण जीवन'.

अध्यात्म आहे जीवनाला त्याच्या पूर्णत्वाने समजून घेणे आणि जगणे. म्हणून राजनीती आपल्या भागात जगू शकते, गणित आपल्या भागामध्ये, परंतु अध्यात्म नाही. कारण की अध्यात्माचा कोणताही खंड अध्यात्म नाही, अध्यात्म तर पूर्ण जीवनाची कला आहे. ते तर संपूर्ण जीवनाला स्पर्श करते किंबहुना राजनीतीला असे वाटत नाही की, त्याने अध्यात्माला स्पर्श करावा ना विज्ञानालाही असे वाटेल, ना व्यापारी शाखेला! कारण की अध्यात्म ज्याला स्पर्श करते त्यालाच ती बदलते. राजनीतीवर अध्यात्माची सावली पडताक्षणीच ती असू शकत नाही, जी आहे आणि नाही. विज्ञान ते असेल आणि नाही व्यापार! म्हणून अध्यात्माने त्यांना स्पर्श न करण्यामध्ये त्यांचे हितच आहे. परंतु हे अध्यात्माच्या हिताचे नाही. अध्यात्म विभाजीत झाले की, बघताक्षणीच रक्तहीन होते आणि पिवळे पडते. ते अखंड होऊन निरोगी होऊ शकते. परंतु याचा अर्थ असा नाही की अध्यात्म राजनीतीपूर्ण बनले किंवा दुसरे स्वतःला काहीच व्हायचे नसेल. त्यांचा तर दृष्टीपातच पर्याप्त आहे. ते डोळे भरून राजनीतीकडे, विज्ञानाकडे, व्यापाराकडे बघेल. त्याची दृष्टी, त्याची जागरूकता हेच एक क्रांती बनेल.

मी या दिशेनेच प्रयत्न करत आहे आणि करत राहणार. परंतु अनेक स्वार्थी. लोकांना त्याचे भय वाटते. ते अध्यात्माच्याही सीमा तयार करायला लागतात. त्यांचा हा सारा प्रयास स्वतःला वाचवण्याचा एक प्रयत्न आहे आणि अध्यात्माला नष्ट करण्याचा! अध्यात्माने सगळ्या व्यवस्थांमध्ये रुची घ्यावी असे शोषण करणाऱ्या व्यवस्थेला मुळीच वाटणार नाही. कारण की अध्यात्म शोषण्याच्या जाळ्यात कसे सहन करू शकेल आणि जो अध्यात्म करतो तो निर्वीर्य आणि नपुसंक आहे,

Impotant आहे. प्रत्यक्षात तो अध्यात्मच नाही. आणि असा खोटा अध्यात्मच प्रचलित आहे. अशा अध्यात्माने नक्कीच अफूचे काम केले आहे. मी अशा कोणत्याही अफूच्या व्यवसायात सामील होऊ इच्छित नाही.

आणि राहिली अध्यात्माच्या प्रचाराची गोष्ट! मी तर अशासारख्या कोणत्याही प्रकारच्या प्रचारासाठी उत्सुक नाही. मनुष्याला यासारख्या साऱ्या प्राचारातून तर मुक्तता हवी आहे. जेव्हा तुमची चेतना या साऱ्या प्रकाराच्या पलीकडे जाते तेव्हाच त्याला समजते 'जे आहे' प्रचार आहे. कुणाला तरी संस्कारक्षम करणे, कंडिशनिंग करणे! आणि अध्यात्म आहे संसारातून मुक्ती, unconditioning! म्हणून राजनीतीचा प्रचार, propoganda होऊ शकतो, परंतु अध्यात्माचा नाही आणि जे अध्यात्मालाही प्रचाराचे स्वरूप देतात, ते वेषातले भोंदू राजकारण करणारे असतात.

मी प्रचारक नाही. ना कुणी उपदेशक आहे. मी तर लोकांना झोपेतून जागे करत आहे. मी तर लोकांना त्यांच्या बेहोशीतून शुद्धीवर आणण्याचा प्रयत्न करतो. त्यामुळे ते स्वत: बघू शकतील आणि विचार करू शकतील. मी त्यांच्यासाठी विचार करू इच्छित नाही. प्रचारक हेच करतो. उपदेश करणारा हेच करतो. ते साऱ्या लोकांना निद्रिस्त करतात. कारण निद्रिस्त अवस्थेतील लोकच विश्वास करू शकतात, पुढारी बनू शकतात, गुरू बनू शकतात. जागी असणारी व्यक्ती जर आपला स्वतःचा मार्ग स्वतःच निवडते. तो कुणाचा शिष्य किंवा अनुयायी असत नाही. शिष्य किंवा अनुयायी फक्त बेहोश व्यक्तीच होतात. निश्चितपणे निद्रिस्त असणाऱ्या व्यक्तींना जागवण्याच्या प्रयासात ते नाराज होतात, परंतु त्यांच्या नाराजीमुळेही मी खूश होतो. कारण त्यांची नाराजी हीच त्यांच्या जागण्याची सुरुवात आहे.

प्रश्न: जर तुम्ही विरोधात उभे न राहता संतांचे सहकार्य प्राप्त केले,तर तुमचे उद्दिष्ट लवकर सफल होणार नाही का?

उत्तर : पहिली गोष्ट तर हीच आहे की माझे उद्दिष्ट विरोध निर्माण करण्याचेच आहे कारण की, त्याने विचार जन्माला येतो. विचारांचे बीज आहे शंका! Doubt आणि विचारांची प्रक्रिया संघर्षात्मक, डायलेक्टिकल आहे. म्हणून मी विरोध निर्माण करतो. साधारणपणे जेथे विरोध दिसत नाही तेथे सुद्धा मी विरोध शोधतो. वाद प्रतिवाद यांच्या प्रक्रियेतूनच संभाषण संवाद निर्माण होतो. त्यामुळे जे मला विरोध करतात तेच माझे सहकारी आहेत आणि मी कुणाकडूनही सहकाराची अपेक्षा करत नाही. ना असहकाराची! ज्यांच्याकडून जे मिळते त्यालाच परमेश्वराचा प्रसाद समजून मी अनुगृहीत होतो आणि माझे उद्दिष्ट असे नाही की, जे लवकर सफल होते.

ऋतूंप्रमाणे येणाऱ्या फुलासारखे उद्दिष्टही असते. ते लगेच फुलतेही, लगेच कोमेजूनही जाते. आणि असेही उद्दिष्ट असते जे सनातन आहे, म्हणून त्याच्याबरोबर

तुझे-माझे करणे व्यर्थ आहे. ते ईश्वराचेच ध्येय आहे. त्यामुळे मी नेहमी सांगतो की, माझे कोणतेही उद्दिष्ट नाही. जे आहे ते परमेश्वराचे आहे आणि त्यामुळे सफलता-असफलता- यश- अपयशही त्याचेच आहे.

मी तर नाहीच. तो आहे. आता जी मर्जी आहे, तो जे करून घेत आहे, तेच मी करतो आहे.

आणि आता राहिले संत? ज्यांचे सहकार्य सत्यासाठी मिळते, तेच आहेत संत. सत्यासाठी सहकार्य मागावे लागत नाही आणि संतांकडे तर अजिबातच नाही. ते तर मिळतेच आणि मिळतेही आहे.

प्रश्न : तुमच्या अनेक गोष्टींमुळे श्रोते दु:खी होत नाहीत का?

उत्तर : अरे, खरंच ते उदास व्हावे, मी त्यांच्यासाठीच तर परमेश्वराजवळ प्रार्थना करत राहतो. त्यासाठी तर माझा सारा प्रयास आहे. मी त्यांना प्रसन्न करू इच्छित नाही. मी तर त्यांना साऱ्या प्रकारचे धक्केच देऊ इच्छितो, त्यामुळे ते विचार करतील. विचार वगैरे करण्याचा जसा काही मृत्यूच झाला आहे. विचारांना पुनरुज्जीवन करायचे आहे आणि त्यांच्यासाठी कुणाच्या तरी शिव्या खाण्याची तयारी करावीच लागेल, मी तयार आहे.

परंतु माझे दुर्भाग्य आहे की, लोकांची नाराजी अतिशय कमी काळ असते, त्यांची उदासीनता जशी काही स्वप्नासारखी आहे, कारण थोड्याच वेळामध्ये त्यांचे घोरणेही ऐकू यायला लागते. फार तर ते कूस बदलतात आणि परत झोपी जातात. अर्थात, ते माझ्याशीही सहमत होतात आणि झोपी जातात. मी त्यांना स्वतःशी सहमत व्हा, असे सांगू इच्छित नाही. मला असे वाटत नाही की, त्यांनी माझे म्हणणे मानावे कारण त्याच्यामुळे कोणताही फरक पडू शकत नाही. ते 'अ' ला मानतात का 'ब' ला हा प्रश्नच येत नाही..

गुरू बदलण्याचा प्रश्नच नाही. गुरू बदलणे हे कूस बदलण्यासारखे आहे. मी तर त्यांना जागे करतो. त्यामुळे ते सगळ्यांतून मुक्त होऊ शकतील. ते स्वत: 'स्वयं' बनतील आणि निश्चितच 'स्वयं' असणे सगळ्यात मोठी साधना आहे. विश्वासामध्ये, श्रद्धेमध्ये, अंधश्रद्धेमध्येच सारे झोपलेले आहेत. यापासून तर वाचवायचे आहे आणि जर त्यांची श्रद्धा- स्वप्नांपासून त्यांना कोणी जागे करेल तर ते नक्कीच नाराज होतील, उदास होतील, हे तर स्वाभाविकच आहे ना! परंतु हे धन्यवादविरहित काम करतच राहणार आहे. माझ्यासाठी परमेश्वराची हीच आज्ञा आहे.

प्रश्न : धार्मिक व्यक्तीचे व्यावहारिक आयुष्य कशा प्रकारचे असते?

उत्तर : पहिली गोष्ट ही आहे की, धार्मिक व्यक्तींच्या बाबतीत व्यावहारिक आणि पारमार्थिक असे दोन भाग असूच शकत नाहीत. धार्मिक जीवन हे अखंड

जीवन आहे. जेथे खंड आहे तेथे धर्म नाही. विभाजित मन हाच तर एक रोग आहे. तो तर अधर्म आहे.

दुसरी गोष्ट ही आहे की, धार्मिक व्यक्तींचे स्वतःचे असे जीवनच नसते. कारण की स्वतःला विलीन केल्यानंतर तो धर्मासाठी उपलब्ध असतो. धार्मिक व्यक्ती स्वत: जगत नाही. तिच्यामधून प्रत्यक्ष परमेश्वरच जगत असतो. धार्मिक व्यक्ती बनते एक माध्यम! तो बासरी बनून राहतो. स्वर आणि संगीताचा त्यामधून वर्षाव होतो. परंतु ते त्याचे होत नाही.

तिसरी गोष्ट ही की, धार्मिक जीवनाचे प्रकार असत नाहीत. जसे की समुद्राचे पाणी सर्वत्र खारटच असते. तसेच धार्मिक जीवनाचा स्वादही सगळ्या ठिकाणी, साऱ्या कामांमध्ये एकसारखाच असतो. धर्माचा अंतरात्मा नेहमी सदासर्वकाळ एकच आहे, एकरस आहे.

चौथी गोष्ट ही की, तुमचा प्रश्न बाहेरून विचारलेला प्रश्न आहे. धर्मामध्ये प्रवेश करताच असे प्रश्न्न तत्काळ गळून पडतात. धर्म अनुभूतीमध्ये अद्वैत आहे. परंतु बुद्धी आपल्या सीमारेषांमध्ये प्रत्येक विषयाचे अपरिहार्यपणे विभाजन करते. कारण की विचारांची प्रक्रिया हेच विश्लेषण आहे. अनुभूती नेहमी संश्लिष्ट असते आणि विचार विश्लेषण असतात. म्हणून अनुभूती आणि विचार यांचा कधीही मिलाफ होत नाही. अनुभूती, परमार्थ आणि व्यवहार एक आहे. ब्रह्म आणि माया एक आहे. परमात्मा आणि पदार्थ एक आहे. मुक्ती आणि बंधन एक आहे. परंतु मधेच थोडासा जरी विचार आला तरी ताबडतोब एकाचे दोन होऊन जातात आणि विचार ज्यालाही तोडून टाकतात, त्यांच्यामध्ये ओलांडता न येणारी दरी निर्माण होते. परत विचार त्याला जोडण्याच्या प्रयत्नात पडतात; परंतु ते काम व्यर्थ आहे. कारण विचारांचीच तर दरी आहे. विचार जोडू शकत नाहीत, ते तर फक्त तोडूच शकतात. विचारांचा जेथे अभाव आहे, तेथे जोडणे आहे. वस्तुत: तेथे कधी काही तुटलेलेच नाही.

आणि पाचवी गोष्ट ही की, जाणून घ्यायचे असेल तर विचारच करायला नको. जगत राहा. विचार करणे म्हणजे जगण्यापासून स्वतःला वाचवण्याची युक्ती आहे. विचार आहेत नेहमी किनाऱ्यावर आणि जगणे आहे सागराच्या अंतरंगामध्ये! किनारा सोडा आणि उडी मारा. कितीतरी जन्मापासून तुम्ही तर विचारच करत आहात! मी केव्हापासून तुम्हाला किनाऱ्यावरच बघतो आहे. आता खूप झाले. आता तरी उडी घ्या. बघा आणि ऐका कबीर काय म्हणतो ते! खोल पाण्यात बुडेल, त्यालाच काहीतरी मिळते. पण मी मात्र मूर्ख- बुडण्याच्या भीतीने किनाऱ्यावरच बसून राहिलो.

प्रश्न : कधी-कधी धर्म आणि व्यवहार यांच्यामध्ये विरोध निर्माण होतो. अशा परिस्थितीत बरोबरचा मार्ग कोणता?

उत्तर : पहिली गोष्ट धर्म आणि व्यवहार यांच्यामध्ये कधीही विरोध निर्माण होत नाही. ते अशक्य आहे. जसे प्रकाश आणि अंधार यांच्यामध्ये विरोध निर्माण होत नाही. असेच जेथे प्रकाश आहे, तेथे अंधारच नाही. तेव्हा विरोध कसा निर्माण होऊ शकेल? अस्तित्वात असलेला प्रकाश आणि अस्तित्वात नसलेला अंधार यामध्ये विरोध असणे केवळ अशक्यच आहे नाही का? विरोध असण्यासाठी कमीत कमी दोन्ही गोष्टींची उपस्थिती बरोबर असायला पाहिजे आणि असेही होत नाही जेथे प्रकाश आहे तेथे अंधार नाही. जेथे प्रकाश नाही तेथे अंधार नाही. प्रत्यक्षामध्ये अंधाराचाच अर्थ आहे, प्रकाशाचे नसणे! त्याची आपली स्वतःची कोणतीही सत्ता नाही. तेथे तर फक्त कुणाचा तरी अभाव आहे, कुणा एकाची अनुपस्थिती आहे. असाच व्यवहारसुद्धा आहे. असाच संसारही आहे. असेच अज्ञानही आहे. असाच धर्महीे आहे. ते साऱ्या धर्माच्या अनुपस्थितीची वेगवेगळी नावे आहेत. जेव्हा धर्म येतो, तेव्हा ते सारे गप्प बसतात. धर्म नसतो तोपर्यंत ते आहेत.

दुसरी गोष्ट ही आहे की उधार, नुसते ऐकीव धर्माला आपण धर्म म्हणून मानतो. याच्यामुळेच समस्या निर्माण होतात. साधारणपणे आपल्यासाठी व्यवहार सत्य आहे आणि धर्म केवळ शब्द! म्हणूनच दोन्हींमध्ये विरोध निर्माण होतो आणि ध्यान म्हणते हे कुठे-कुठे नाही, कधी-कधी नाही, नाहीतर प्रत्येक ठिकाणी आणि प्रत्येक क्षणाला विरोध निर्माण होईल, हे स्वाभाविक आहे. हे होणार कारण की अंधार हे वास्तव आहे आणि प्रकाश आहे फक्त विश्वास! विश्वास अंधाराला संपवत तर नाहीच उलट आपल्याला अधिक अंधळे करून जातो. प्रकाश पाहिजे- प्रकाशाचा विश्वास नाही. प्रकाशाच्या विश्वासामुळे अंधार नष्ट होत नाही. धर्म पाहिजे धर्माचा विश्वास नाही. धर्मामुळे व्यवहार रूपातंरित होतो आणि परमार्थ व्यवहार एकच होऊन जातात किंवा असे म्हटले तरी बरोबर आहे की, व्यवहार फक्त उरतो आणि जे शिल्लक राहते त्यामध्ये कोणचाही संघर्ष नसतो म्हणून कोणतीही दुविधा नाही.

तिसरी गोष्ट ही की वेगवेगळ्या परिस्थितीमध्ये वेगवेगळे मार्ग नाहीत आणि बरोबरही नाही. मार्ग तर एकच आहे आणि त्या एकाचेच नाव धर्म आहे. त्याला जाणताच सगळ्या परिस्थितींची अवस्था मुळापासून समान होऊन जाते. त्याचे आकार तर भिन्न राहतात; पण आत्मा मात्र वेगळा राहत नाही. जशी एखादी अंध व्यक्ती विचार करत असेल की वेगवेगळ्या अंधारामध्ये वेगवेगळ्या प्रकाशाची आवश्यकता वाटत असेल किंवा वेगवेगळ्या परिस्थितींचे मार्ग शोधण्यासाठी वेगवेगळे डोळे असतील. अशाच प्रकारचा विचार आपण करत असणार!

चौथी गोष्ट ही की धर्माचा शोध घ्या. धर्म आणि व्यवहार यामधील सामंजस्याचा नाही. सामंजस्याचा शोधच सांगतो की धर्माचा अजून काही पत्ताच लागलेला नाही. धर्माच्या आगमनावर तर कधीही सामंजस्य शोधावे लागत नाही. कारण की,

सामंजस्यासाठीही तसाच द्वैत आवश्यक आहे, जसा की संघर्षासाठी! आणि धर्माचे आगमन अद्वैताच्या आगमनासारखे आहे. म्हणून तर जे आहे तोच परमार्थ आहे आणि तोच व्यवहार आहे. धर्माचे आगमन म्हणजे अविरोधाचे आगमन आहे म्हणून तर कुणाशीही विरोध नाही- नाही सामंजस्य!

पाचवी गोष्ट ही की धर्माला स्वतःला सोडून दुसरीकडे कुठेही शोधू नका. कारण की दुसरीकडून कुठूनही मिळालेल्या धर्माकडून तुमच्या समस्या, तुमचे प्रश्न मिटणार नाहीत. वास्तविकपणे दुसरीकडून मिळालेल्या धर्मामुळेच तर या समस्या निर्माण झालेल्या आहेत. उधारीवर आणलेला धर्म हा एक न सुटणारी अपरिहार्य समस्या आहे. अशी समस्या की, ज्यावर कोणताही उपाय नाही. कारण की उधार धर्म स्वतःलाच उपाय मानतो. पण प्रत्यक्षात तो तसा नसतो. अशी कोणतीही समस्या सुटू शकत नाही जी स्वत:च स्वत:ला उपाय समजते. अशा रोगावर काय उपाय होऊ शकतो की, जो स्वत:लाच निरोगी समजतो परंतु स्व-धर्म निश्चितच समाधान आहे; पण तो मिळतो समाधीमुळे! समाधीशिवाय समाधान दुसरीकडून कसे मिळू शकते. धर्माला शोधा, अर्थातच समाधीचा शोध घ्या. शास्त्रापासून सावध, शब्दांपासून सावध, विचारांपासून सावध! निर्विचारच द्वार आहे- मार्ग आहे. शून्यातून सत्य आहे तोच धर्म आहे. त्याला जाणून घेतल्यानंतर पुन्हा काहीही जाणून घेण्याचे बाकी राहत नाही आणि त्याला समजून घेतल्यानंतर साऱ्या समस्या गळून पडतात सारे प्रश्न संपतात.

प्रश्न : गृहस्थासाठी ब्रह्मचर्याची परिभाषा काय आहे?

उत्तर : ब्रह्मचर्याची परिभाषा तर एकच आहे- बह्मासारखी चर्या. ती गृहस्थ किंवा गृहस्थ नसणाऱ्यांसाठी वेगवेगळी होऊ शकत नाही. ब्रह्मचर्य अत्यंत विधायक Possitive अवस्था आहे. ती निषेधात्मक, नकारात्मक स्थिती नाही; परंतु नेहमीच तिला निषेधात्मक समजली जाते. त्यामुळे उगीचच, खूप सारे ग्रंथ निर्माण झाले आहेत. ब्रह्मचर्याचा अर्थ एकच घेतला जातो, काम-निरोध!

म्हणूनच तुमच्या मनामध्ये गृहस्थ आणि गृहस्थी नसणाऱ्यांसाठी ब्रह्मचर्य भेदाचाही प्रश्न उभा राहिला आहे. अगृही असणाऱ्यांना तर स्वाभाविकपणे आपण ब्रह्मचारी मानतोच कारण काय तृप्तीची स्वाभाविक साधने त्याच्याजवळ नाहीत. परंतु काम, सेक्स हे अस्वाभाविक साधनांनी सुद्धा तृप्त केले जातात आणि 'कामा'साठी दुसऱ्याची उपस्थिती अपरिहार्य नाही. काम-आत्म-काम auto-erratic बनते. तर 'कामा'साठी ऐच्छिक तृप्तीही अपरिहार्य नाही. तो अनैच्छिक, Non-voluntary तृप्तीचा मार्गही शोधतो. जसे स्वप्नामध्ये म्हणून काम- ऊर्जा- sex-energy ची चर्चा करण्यासाठी गृह किंवा अगृह यामध्ये काहीही फरक नाही. फरक आहे तो

इतकाच की विकृत होण्याची शक्यता अगृहापेक्षा कमी आहे. ब्रह्मचर्याच्या निषेध दृष्टीने ब्रह्मचर्याच्या परमपवित्र धारणेला कशाही सारखी 'वीर्यरक्षणा'ची अत्यंत खालच्या दर्जाची स्थिती बहाल केली आहे.

असे ब्रह्मचर्यही अत्यंत कामुक, Sexual बनले आहे. मी अशा स्थितीच्या मुळातच विरुद्ध आहे. माझ्या दृष्टीने ब्रह्मचर्य काम-दमन, Sex supression नाही. दाबून टाकल्याने मन कधीही 'कामा'चे अतिक्रमण करत नाही. दाबून ठेवणे हे एक दुष्ट चक्र आहे. सुरू करणे तर सोपे आहे, परंतु त्याचे बाहेर पडणे अत्यंत अवघड आहे. कारण की ज्याला आपण दाबतो ते अधिक खोल अर्थाने आपल्या मनाचा एक भाग बनून जाते आणि म्हणूनच दाबून ठेवलेले ब्रह्मचर्य केवळ मानसिक व्यभिचार बनून राहतो. दाबून टाकणे नको, अतिक्रमण पाहिजे. भौतिक विश्वाच्या पलीकडले काम- ऊर्जाला दाबायचे नाही. किंबहुना त्याला अधिक नवीन पैलूंनी अधिक कार्यरत (गतिमान) करायचे. काम-ऊर्जा मौल्यवान संपदा आहे. त्याच्याशी संघर्ष करायचा नाही. किंबहुना त्याला अधिक सृजनात्मक, क्रिएटिव्ह बनवायचे. संघर्षामुळे आत्मविग्रह होतो. कारण आपण आणि ती ऊर्जा दोन नाहीत. आपणच ती ऊर्जा आहे. काम ही राम आहे.

ध्यानाच्या मार्गाने कामाच्या रामाचे दर्शन होणे सुरू होते. माझ्यासाठी प्राथमिक स्वरूपामध्ये ब्रह्मचर्य ध्यानापासून सुरू होते. ध्यान म्हणजे स्वत:मध्ये रमून जाणे- स्वत:मध्ये असणे. यौन म्हणजे दुसऱ्यामध्ये रमून जाणे. स्वत:मध्ये रमण्याचा आनंद दुसऱ्यामध्ये रमण्याच्या आनंदापुढे एकदम फिका पडतो आणि निरर्थक वाटतो. आणि या प्रेमाने काम-ऊर्जा ' मी'च्या बाजूने प्रवाहित व्हायला लागते.

काम ऊर्जा प्रवाहाच्या दोन दिशा आहेत. यौन आणि योग. यौन बहि:र्गामी आहे. योग अंत:र्गामी आहे. बहि:र्गामाला दाबू नका. अंत:र्गामाला मार्ग मोकळा करून द्यायचा आहे. कारण की अंत:र्गामाला दाबण्याने अंत:र्गामी बाहेर पडत नाही. अंत:र्गामीच विकृत होऊन बाहेर पडते. परंतु अंत:र्गामीच्या बाहेर पडण्यानंतर आपोआपच अंतर्गामी संपुष्टात येते. जीवन ऊर्जाच्या अंतर्मनाच्या या अनुभवाचेच नाव ब्रह्मचर्य आहे. निश्चितच या अंत:र्गमनामुळे सारी चर्याच बदलते. ती 'मी' भोवती केंद्रित न होता ब्रह्म केंद्रित होते.

यौन अहंचर्य आहे. योग ब्रह्मचर्य आहे. यौनातही मिलन आहे. दुसऱ्याशी, 'योगात' ही मिलन आहे. 'स्व'शी 'पर' माया आहे. 'स्व' ब्रह्म आहे. 'पर' भ्रम आहे. 'स्व' सत्य आहे.

ओशो – एक परिचय

आपल्यासारख्या भेदाभेद करणाऱ्या माणसांसाठी 'अर्थपूर्ण जाणीव' किंवा 'समजूत' म्हणू या हवं तर, पण तो अर्थबोध करून देण्याचं ओशोंचं मोठं योगदान आहे. ओशोंमध्ये एक गूढवादी तसंच एक वैज्ञानिकही आहे. त्यामुळे एक क्रांतिकारी म्हणता येईल, असं चैतन्य त्यांच्या अस्तित्वात आहे. म्हणूनच जीवनाचा नवीन मार्ग शोधण्याच्या निव्वळ गरजेसाठी 'सजग माणूसकी'ची गरज आहे, हे त्यांनी वारंवार जाणवून दिलंय. तीच त्यांची तीव्र इच्छा आहे.

या सुंदर आणि अलौकिक अशा पृथ्वीतलावर आपण आपल्या रोजच्या जगण्यात गतकाळानुसार सतत भीतीच्या छायेखाली वावरत असतोच.

प्रत्येकानं स्वत: बदलत राहणं, मग आपण सर्वांनी बदलत राहणं हा त्यांचा प्रमुख मुद्दा आहे. 'आपण सर्वांनी' म्हणजेच आपला समाज, आपली संस्कृती, आपल्या श्रद्धा एकूणच आपलं सर्व जग हे बदलणं आलं. त्या सर्व बदलाचं प्रवेशद्वार म्हणजे – ध्यान! मेडिटेशन!

आधुनिक जीवनपद्धतीतली अस्वस्थता जेव्हा हळूहळू शांत होत जाईल, तेव्हा प्रत्यक्ष कृती आपोआपच शांततेनं फक्त ऐकून घेण्याच्या मन:स्थितीत विरघळून जाईल. खऱ्याखुऱ्या 'मेडिटेशन'च्या आरंभाची ही एक गुरुकिल्लीच असणार आहे. या दुसऱ्या पायरीसाठी आधार म्हणून ओशोंनी नीट ऐकून घेण्याच्या प्राचीन कौशल्याचं सूक्ष्म पद्धतशीर भाषणांमध्ये रूपांतर केलं आहे. इथं 'शब्द' म्हणजे संगीत बनतं. ऐकणारा जे काही ऐकतो, त्यातून

जागरूकतेची अनुभूती घेतो. या सगळ्या नाजूक घडामोडींमध्ये शांतता जसजशी वाढू लागते, तसतसं पटकन मनापर्यंत पोहोचेल अशा गोष्टी ऐकण्याची गरज असते. ती गरज एखाद्या जादूप्रमाणे पूर्ण होते. नेहमीप्रमाणे मनाचे इतर अडथळे दूर होतात आणि सुंदर जादूमय घडामोडी घडू लागतात.'

लंडनच्या 'संडे टाइम्स'नं विसाव्या शतकातल्या जग बदलून टाकणाऱ्या एक हजार व्यक्तींमध्ये त्यांची गणना केलेली आहे. टॉम रॉबिन्स या अमेरिकन लेखकानं तर त्यांना 'जिझस ख्राईस्ट' नंतरचं सर्वांत 'खतरनाक' व्यक्तिमत्त्व असं बिरुद त्यांना बहाल केलंय. भारताचं भाग्य बदलवणाऱ्या गांधी, नेहरू आणि बुद्ध यांच्या बरोबरीनं भारतातील 'संडे-मिडडे'नं त्यांचा गौरव केला आहे.

आपल्या कार्याविषयी ते म्हणतात,'नवीन आधुनिक मनुष्याच्या जन्मासाठी मी 'भूमी' तयार करतो आहे.' या नवीन मनुष्याला ते 'झोरबा द बुद्ध' म्हणतात. झोरबा अशा की, ज्यामध्ये पृथ्वीवरची सर्व सुखं उपभोगण्याची क्षमता असेल, तसंच बुद्धांची शांत, सौम्य अशी प्रवृत्ती असेल. ओशोंच्या सर्वांगीण विचारांमध्ये जीवन-दर्शनाचा एक झुळझुळता प्रवाह आहे. त्यामध्ये पूर्वेकडची कालातीत असलेली प्रज्ञा आणि पश्चिमेकडचं विज्ञान, तसंच तंत्रज्ञानाच्या सर्वोच्च शक्यतांचा समावेश आहे.

आंतरिक परिवर्तनाच्या शास्त्रात 'ओशो' म्हणजे क्रांतिकारी उपदेशासाठी उत्तम पर्याय आहेत. तसंच ध्यानाच्या विविध पद्धतीचे प्रसारक आहेत. आत्ताच्या आधुनिक वेगवान जीवनशैलीला अनुसरून या पद्धती त्यांनी निर्माण केल्या आहेत.

सक्रिय ध्यानपद्धती अशापद्धतीनं तयार केलीय की, त्यामध्ये शरीर आणि मन या दोन्हीमध्ये एकत्रितपणे ताणतणावांचा निचरा होऊ शकेल आणि रोजच्या जीवनात सहज स्थिर मनोवृत्ती प्राप्त होऊ शकेल आणि गाढ शांतीचा अनुभव येईल.

ओशो हे कोणत्याच अवकाशात मावणारे नाहीत. माणसाच्या व्यक्तिगत शोधापासून ते समाजातल्या सर्व सामाजिक तसंच राजकीय प्रश्नांवर प्रकाश टाकणारी अशी त्यांची प्रवचनं आहेत. ओशोंनी स्वत:ही पुस्तकं लिहिलेली नाहीत. जागतिक स्तरावर सर्व श्रोत्यांसमोर दिलेल्या प्रवचनांच्या ऑडिओ व्हिडीओच्या वार्तांकनांचं संकलन म्हणजे त्यांची पुस्तकं आहेत. ते म्हणतात ''मी जे काही सांगतो ते केवळ तुमच्यासाठीच नसून भविष्यातल्या पिढींसाठी सांगत असतो.

ओशोंची दोन आत्मकथात्मक पुस्तकं याप्रमाणे.

१) 'ऑटोबायोग्राफी ऑफ ए स्पिरिच्युअली इनकरेक्ट मिस्टीक', सेंट मार्टिस प्रेस, यूएसए.

२) 'ग्लिम्प्सेस ऑफ ए गोल्डन चाइल्डहूड', ओशो मीडिया इंटरनॅशनल, पुणे, भारत.

♦

ओशो इंटरनॅशनल मेडिटेशन रिझॉर्ट

शंभरपेक्षाही जास्त अशा निरनिराळ्या देशांमधून हजारो पर्यटक दरवर्षी या रिसॉर्टला भेट देतात. इथला अनुपम असा परिसर उत्साहानं परिपूर्ण, शांत-निवांत असा असून काहीतरी सर्जनात्मक असं नवीन जीवन जगण्याविषयी प्रेरणा देणारा आहे. संपूर्ण वर्षभर चोवीस तास चालणारे निरनिराळे उपक्रम इथे आहेत. अर्थात काहीही न करता नुसतं शांत बसणं, हाही त्यातलाच एक भाग!

इथल्या सर्व कार्यक्रमांच्या रचनेत ओशोंच्या 'झोरबा द बुद्ध'ची आंतरदृष्टी समाविष्ट आहे. यामध्ये एका नवीन मनुष्याचा नवीन ढंग आहे. जो माणूस रोजचं दैनंदिन जीवन सर्जनात्मक पद्धतीनं जगूनसुद्धा मौन तसंच ध्यानामध्ये मग्न होण्याची क्षमता राखतो.

ठिकाण : मुंबईपासून शंभर मैलावर दक्षिणपूर्वेला असलेल्या संपन्न अशा आधुनिक पुणे शहरात सुट्टी घालवण्याचं एक सुरेख असं स्थान म्हणजे, 'ओशो इंटरनॅशनल मेडिटेशन रिसॉर्ट!'' घनदाट झाडीमध्ये लपलेलं हे रिसॉर्ट सर्वांपेक्षा वेगळं असून अठ्ठावीस एकराच्या बगिचामध्ये पसरलेलं आहे.

इथली कार्यक्रमपद्धती :
ध्यान : दिवसभर चालणाऱ्या ध्यान कार्यक्रमांमध्ये सक्रिय तसंच निष्क्रिय, परंपरागत तसंच क्रांतिकारक, खासकरून 'ओशो डायनॅमिक मेडिटेशन'पद्धतीनुसार, प्रत्येक व्यक्तीनुसार अनेक ध्यानपद्धती उपलब्ध आहेत. या सर्व ध्यानपद्धती जगातल्या सर्वांत भव्य अशा 'ओशो ऑडिटोरियम' ध्यान सभामंडपात पार पाडल्या जातात.

विविधता : इथल्या विविध व्यक्तिगत सेशन्समध्ये, शिबिरात सर्जनशील अशा कलांपासून ते संपूर्ण स्वास्थ्यापर्यंत, तसंच व्यक्तिगत परिवर्तन, व्यक्तिगत संबंध, जीवनातील अग्रक्रम, कार्यध्यान, गुह्यविज्ञान, खेळ, मनोरंजन या सर्व गोष्टीत अगदी 'झेन पद्धती'चा सुद्धा समावेश आहे. इथल्या (मल्टिव्हर्सिटी) विविध गोष्टींच्या यशाचं रहस्य म्हणजे इथले सर्वप्रकार पूर्णपणे ध्यानाशी जोडलेले आहेत. त्यामुळे इथल्या

माणसांमध्ये हा विचार घट्टपणे रुजवला जातो की, 'मनुष्य म्हणजे फक्त शरीराशी निगडीत नसून त्यापलीकडेही खूप आहे.'

बाशो स्पा : हिरव्यागार झाडांच्या सान्निध्यात, मोकळ्या हवेत असलेला भव्य असा, पाण्यात मनसोक्त तरंगण्याचा आनंद देणारा जलतरण तलाव म्हणजे मोठं आकर्षण आहे. वैशिष्ट्यपूर्ण तयार केलेली मोठी झकूझी, सौना, जीम, टेनिसकोर्ट या सर्वांचा समावेश इथे केलेला आहे.

भोजन : निरनिराळ्या पद्धतींनी बनवलं जाणारं इथलं स्वादिष्ट भोजन पूर्णपणे शाकाहारी असून ते पाश्चात्त्य तसंच आशियाई ढंगामध्ये उपलब्ध आहे. मेडिटेशन रिसॉर्टसाठी विशेषत्वानं लागवड केलेल्या सेंद्रिय भाज्याच इथं वापरल्या जातात. ब्रेड आणि केक रिसॉर्टच्या स्वत:च्याच बेकरीत बनवले जातात.

संध्याकाळचे कार्यक्रम : या कार्यक्रमांची यादी तर खूप मोठी आहे. पण सर्वांत पहिल्या स्थानावर आहे नृत्य! इतर कार्यक्रमात चांदण्यारात्रीतलं ध्यान, विविध मनोरंजक कार्यक्रम, संगीताचे कार्यक्रम तसंच रोजच्या जीवनासाठी ध्यान हे सम्मिलित आहे.

याव्यतिरीक्त प्लाझा कॅफेमध्ये मित्र-परिवारा बरोबर गाठीभेटी तसंच रात्रीच्या शांतवेळी या परिकथेसारख्या वाटणाऱ्या वातावरणात भटकण्याचा आनंदही घेऊ शकतो.

सोयी : रोजच्या उपयोगाच्या वस्तू आपण रिसॉर्टच्या दुकानांमधून खरेदी करू शकता. मल्टिमीडिया सभागृहात ओशोंची सर्व 'मीडिया' सामुग्री मिळू शकते. बँक ट्रॅव्हल एजन्सी तसंच सायबरकॅफेची सोयही इथे आहे. खरेदीची आवड असणाऱ्यांना पुण्यामध्ये भरपूर गोष्टी उपलब्ध आहेत. अगदी पारंपरिक भारतीय वस्तुंपासून ते आंतरराष्ट्रीय बँडपर्यंतची सर्व दुकाने आहेत.

राहाण्यासाठी : ओशो गेस्टहाउसमध्ये एखादी छानशी खोली मिळू शकते. खूप दिवस राहायचं असेल, तर 'लिव्हिंग-इन'चं पॅकेज घेऊ शकता. याव्यतिरिक्त आसपास बरीच चांगली हॉटेल्स आणि सर्व्हिस्ड अपार्टमेंट सुद्धा आहेत.

www.OSHO.com/meditationresort
www.OSHO.com/guesthouse
www.OSHO.com/livingin

अधिक माहितीसाठी

सध्या सोशल नेटवर्किंगद्वारा संपूर्ण माहिती मिळू शकते. हे माध्यम फक्त तरुण वर्गच वापरतो असं नाही. काळ बदलतोय तसंच आम्हीही बदलतोय.

* विविध वेबसाइट – www.OSHO.com

* हिंदीसाठी – www.OSHO.com/hindi

* ओशो लायब्ररीमध्ये आपल्या आवडत्या विषयांसाठी
  www.OSHO.com/library
  www.OSHO.com/library-hindi

* संपूर्ण ओशो ध्यानपद्धती आणि संबंधित संगीतासाठी
  www.OSHO.com/Meditation

* ओशोंचं संपूर्ण हिंदी-इंग्रजी साहित्य आणि इ-बुक्ससाठी
  www.OSHO.com/shop
  www.OSHO.com/shop-hindi
  www.OSHO.com/ebooks

* ऑडिओ प्रवचनांसाठी MP3 व इतर
  www.OSHO.com/hindiAudiobooks

* रिसॉर्टला येण्यासाठी माहितीखातर
  www.OSHO.com/MeditationResort

* ओशो इंटरनॅशनल न्यूजलेटरच्या मोफत सदस्यत्वासाठी
  www.OSHO.com/newsletters
  www.OSHO.com/hindinewsletters

* ओशो टॅराकार्ड ऑनलाइन वाचनासाठी
  www.OSHO.com/tarot

* ओशो हिंदी रेडिओसाठी पाहा.
  www.OSHOtalks.info
  radiohindi.OSHO.com

* इथल्या कार्यक्रमांसाठी, उत्सवांसाठी माहिती घेण्यासाठी
  www.facebook.com/OSHO.International

* विविध उपक्रम, कार्यक्रमांसाठी माहिती
  www.facebook.com/OSHO.International.Meditation.Resort

* ओशो व्हिडीओ चॅनल, कुठेही केव्हाही
  www.youtube.com/OSHO.International

* दिवसाची सुरुवात ओशोंच्या संदेशानं
  www.twitter.com/OSHOtimes

* या साइट्सवर रजिस्ट्रेशन तसंच ब्राउज करण्यासाठी थोडा वेळ काढा. ओशोंबद्दल भरपूर माहिती मिळेल.

* या व्यतिरिक्त आणखीनही निरनिराळ्या रोचक पद्धतीनं आपण शोधू शकता ज्यायोगे 'ओशोंना जगभरात' प्राप्त करता येईल.

■

ओशो का हिंदी साहित्य

उपनिषद
सर्वसार उपनिषद
कैवल्य उपनिषद
अध्यात्म उपनिषद
कठोपनिषद
ईशावास्य उपनिषद
निर्वाण उपनिषद
आत्म-पूजा उपनिषद
केनोपनिषद

महावीर
महावीर-वाणी (दो भागों में)
जिन-सूत्र (दो भागों में)
महावीर या महाविनाश
महावीर : मेरी दृष्टि में
ज्यों की त्यों धरि दीन्हीं चदरिया

कृष्ण
गीता-दर्शन
(आठ भागों में अठारह अध्याय)
कृष्ण-स्मृति

बुद्ध
एस धम्मो सनंतनो (बारह भागों में)

अष्टावक्र
अष्टावक्र महागीता (नौ भागों में)

लाओत्से
ताओ उपनिषद (छह भागों में)

च्वांगत्सु
संसार और मार्ग
सत्य असत्य

मीरा
मैंने राम रतन धन पायो
झुक आई बदरिया सावन की

जगजीवन
नाम सुमिर मन बावरे
अरी, मैं तो नाम के रंग छकी

कबीर
सुनो भई साधो
कस्तूरी कुंडल बसै
कहै कबीर दीवाना
मेरा मुझमे कुछ नही
गुंगे केरी सरकारा
क़है कबीर मैं पूरा पाया
होनी होय सो होय

शांडिल्य
अथातो भक्ति जिज्ञासा (दो भागों में)

दादू
सबै सयाने एक मत
पिव पिव लागी प्यास

पलटू
अजह्यचेत गंवार
सपना यह संसार
काहे होत अधीर

दरिया
कानों सुनी सो झूठ सब
अमी झरत बिगसत कंवल

सुंदरदास
हरि बोलौ हरि बोल
ज्योति से ज्योति जले

धरमदास
जस पनिहार धरे सिर गागर
का सोवै दिन रैन

मलूकदास
कन थोरे कांकर घने
रामदुवारे जो मरे

बाउल संत
प्रेम योग
आनंद योग

अन्य रहस्यदर्शी
भक्ति-सूत्र (नारद)
शिव-सूत्र (शिव)
भजगोविन्दम् मूढ़मते (आदिशंकराचार्य)
एक ओंकार सतनाम (नानक)
जगत तरैया भोर की (दयाबाई)
बिन घन परत फुहार (सहजोबाई)
नहीं सांझ नहीं भोर (चरणदास)
संतो, मगन भया मन मेरा (रज्जब)
कहै वाजिद पुकार (वाजिद)
मरौ हे जोगी मरौ (गोरख)
सहज-योग (सरहपा-तिलोपा)
बिरहिनी मंदिर दियना बार (यारी)

प्रेम-रंग-रस ओढ़ चदरिया (दूलन)
दरिया कहै सब्द निरबाना (दरियादास
बिहारवाले)
हंसा तो मोती चुगैं (लाल)
गुरु-परताप साध की संगति (भीखा)
मन ही पूजा मन ही धूप (रैदास)
झरत दसहुं दिस मोती (गुलाल)
अकथ कहानी प्रेम की (फरीद)

**झेन, सूफी और उपनिषद
की कहानियां**
बिन बाती बिन तेल
सहज समाधि भली
दीया तले अंधेरा
मनुष्य होने की कला
सदगुरु समर्पण
उस पथ के पथिक
अंतर्यात्रा के पथ पर

विचार-पत्र
क्रांति-बीज
पथ के प्रदीप

पत्र-संकलन
अंतर्वीणा
प्रेम की झील में अनुग्रह के फूल
ढाई आखर प्रेम का
पद घुंघरू बांध
प्रेम के फूल
प्रेम के स्वर
पाथेय

बोध-कथा
मिट्टी के दीये

ध्यान, साधना
ध्यान विज्ञान
ध्यानयोग : प्रथम और अंतिम मुक्ति
मैं कौन हूं
चित चकमक लागे नाहिं
समाधिके द्वार पर
तृषा गई एक बूंद से
तृषा गई एक बूंद से
जीवन सत्यकी खोज
माटी कहै कुम्हार सूं
माटी कहै कुम्हार सूं
जीवन रस गंगा
अमृत की दिशा
अमृत की दिशा
समाधि के तीन चरण

साधना-शिविर
साधना-पथ
साधना-पथ
अंतर्यात्रा
प्रभूकी पगडंडियां
साक्षी की साधना
साक्षी की साधना
साक्षी का बोध
मैं मृत्यु सिखाता हूं
जिन खोजा तिन पाइयां
समाधि के सप्त द्वार (ब्लावट्स्की)
साधना-सूत्र (मेबिल कॉलिन्स)
ध्यान-सूत्र
जीवन ही है प्रभु
असंभव क्रांति
ध्यान दर्शन
ध्यान के कमल

शून्य की नाव
शून्य के पार
सत्य की खोज
संभावनाओं की आहट
समाधि कमल
जो घर बारे आपना
प्रेम दर्शन
गिरह हमारा सुन्न में
अपने माहिं टटोल
जीवन संगीत
रोम-रोम रस पीजिए

योग
पतंजलि : योग-सूत्र (पांच भागों में)
योग : नये आयाम

तंत्र
संभोग से समाधि की ओर
संभोग से समाधि की ओर
युवक और यौन
क्रांती सूत्र
तंत्र-सूत्र (पांच भागों में)

राष्ट्रीय और सामाजिक समस्याएं
फिर अमरित की बूंद पड़ी
एक एक कदम
देख कबीरा रोया
देख कबीरा रोया
अस्वीकृति में उठा हाथ
भारत के जलते प्रश्न
समाजवाद से सावधान
समाजवाद अर्थात आत्मघात
स्वर्ण पाखी था जो कभी
नये समाज की खोज

नये समाज की खोज
नये भारत का जन्म
भारत का भविष्य

अंतरंग वार्ताएं

संबोधि के क्षण
प्रेम नदी के तीरा
सहज मिले अविनाशी
उपासना के क्षण
अनंत की पुकार

प्रश्नोत्तर

नहिं राम बिन ठांव
प्रेम-पंथ ऐसो कठिन
उत्सव आमार जाति, आनंद आमार गोत्र
मृत्योर्मा अमृतं गमय
प्रीतम छवि नैनन बसी
रहिमन धागा प्रेम का
उड़ियो पंख पसार
सुमिरन मेरा हरि करैं
पिय को खोजन मैं चली
साहेब मिल साहेब भये
जो बोलैं तो हरिकथा
बहुरि न ऐसा दांव
ज्यूं था त्यूं ठहराया
ज्यूं मछली बिन नीर
दीपक बारा नाम का
अनहद में बिसराम
लगन महूरत झूठ सब
सहज आसिकी नाहिं
पीवत रामरस लगी खुमारी
रामनाम जान्यो नहीं
सांच सांच सो सांच
आपुई गई हिराय
बहुतेरे हैं घाट
कोंपलें फिर फूट आईं
क्या सोवै तू बावरी
कहा कहूं उस देस की
पंथ प्रेम को अटपटो
फिर पत्तों की पांजेब बजी
मैं धार्मिकता सिखाता हूं, धर्म नहीं
ओशो उपनिषद
एक नई मनुष्यता का जन्म
भविष्य की आधारशिलाएं

विविध

अमृत-कण
अमृत वाणी
कुछ ज्योर्तिमय क्षण
नये संकेत
चेति सकै तो चेति
हसिबा, खेलिबा, धरिबा ध्यानम्
धर्म साधना के सूत्र
मैं कहता आंखन देखी
जीवन क्रांति के सूत्र
जीवन रहस्य
करुणा और क्रांति
विज्ञान, धर्म और कला
प्रभु मंदिर के द्वार पर
तमसो मा ज्योतिर्गमय
प्रेम है द्वार प्रभु का
अंतर की खोज
अमृत वर्षा
अमृत द्वार
एक नया द्वार
प्रेम गंगा
समुंद समाना बुंद में

सत्य की प्यास	शिक्षा में क्रांति
शून्य समाधि	गहरे पानी पैठ
व्यस्त जीवन में ईश्वर की खोज	ज्योतिष विज्ञान
अज्ञात की ओर	नव संन्यास क्या
धर्म और आनंद	सत्य का अन्वेषण
जीवन-दर्शन	सत्य का दर्शन
जीवन की खोज	घाट भुलाना बाट बिनु
क्या ईश्वर मर गया है	पथ की खोज
क्या मनुष्य एक यंत्र है	जीवन अलोक
नानक दुखिया सब संसार	जीवन की कला
नये मुनष्य का धर्म	जीवन क्रांती की दिशा
धर्म की यात्रा	जीवन गीत
स्वयं की सत्ता	मन का दर्पण
सुख और शांति	आंखों देखी सांच
नारी और क्रांति	आनंद की खोज
सम्यक शिक्षा	स्वर्णिम बचपन

ओशोंच्या साहित्यासंबंधी माहितीसाठी तसेच मागणीकरिता संपर्क :
ओशो मिडिया इंटरनॅशनल
१७ कोरेगाव पार्क, पुणे ४११००१ (महाराष्ट्र-भारत)
फोन नं. +९१ (२०) ६६०१९९८१
Email : distribution@osho.net

ओशोंच्या ऑडियो व्हिडियो प्रवचनांसंबंधी माहितीसाठी तसेच मागणीकरिता संपर्क :
ओशो मल्टिमीडिया ॲन्ड रिसॉर्ट्स प्रा. लि.
१७, कोरेगाव पार्क, पुणे ४११००१ (महाराष्ट्र-भारत)
फोन नं. +९१ (२०) ६६०१९९८१
Email : distribution@osho.net

श्रोत्यांसमोर प्रत्यक्ष दिलेल्या तत्कालीन प्रवचनांचा समावेश असणारी ही ओशोंची पुस्तकं आहेत. ओशोंची सर्व प्रवचनं, पुस्तकरूपात तसंच ऑडिओ रेकॉर्डिंगच्यारूपात उपलब्ध आहेत. ही रेकॉर्डिंग्ज तसंच पुस्तकं यांच्यासाठी www.OSHO.com/library या संकेतस्थळावर संपर्क साधता येईल.

साद घालतो कबीर

ओशो

अनुवाद
मीना टाकळकर

ओशो हे नेहमीच ताजेतवाने अशा धार्मिकतेचे प्रथम पुरुष.
सर्वस्वी अनोखे ज्ञानी, गूढवादी.
कबीरांचे 'दोहे' म्हणजे मानवी जीवनाच्या विविध रूपांची
विणलेली शालच! एक एक धागा म्हणजे जीवनमूल्यांचा
एक एक पैलू! प्रेम, स्वप्न, सत्य, अहंकार, पद, प्रतिष्ठा,
सतीप्रथा यांचा चपखल उदाहरणांसह तपशील ही कबीरांची
खासियत. कबीरांचे हे वैशिष्ट्य फार विचारपूर्वक 'ओशो'
आपल्याला रसाळ विवेचनातून उलगडून दाखवतात.
वर्तमानात जगायला शिकत भविष्यावर नजर ठेवायला सांगणारे
कबीर संसारात राहून मुक्त होण्याचं सूत्र सांगतात.
परमेश्वराच्या या विश्वपसाऱ्यात 'आपलं' काही नाही.
जे आहे ते 'त्याचं' आहे म्हणूनच आपल्यानंतर जे उरतं
तेच 'सत्य'.
गुरूची महती सांगताना 'गुरू हा परमेश्वराजवळ पोहोचण्याचा
संकेत आहे' असं सांगणारे कबीर अखेर म्हणतात,
'मी पूर्णत: परमेश्वराला मिळवलं आहे.'
'कहै कबीर मै पूरा पाया!'

नानक

परमात्म्याचा नाद ओम्कार

ओशो

अनुवाद

स्वाती चांदोरकर

ओम्कार हे नाव परमात्म्याचं आहे. कारण जेव्हा सर्व शब्द
हरवतात, तेव्हा चित्त शून्य होतं. तेव्हा लाटा मागे पडतात,
तेव्हा मनुष्य सागरात तल्लीन, एकरूप होतो,
तेव्हाही ओम्काराचा ध्वनी ऐकू येतो.
तो आपण निर्माण केलेला ध्वनी नाही आहे.
तो ध्वनी आहे अस्तित्वाचा.
अस्तित्व असण्याचा ढंग ओम्कार आहे.
कुणा मनुष्याने दिलेलं नाव नाही.
म्हणूनच ओम्कारचा काही अर्थ नाही.
त्याचा कुणी निर्माता नाही.
अस्तित्वाची लय – ओम्कार!

कबीरांच्या दोह्यांवरील ओशोंचं रसाळ, विस्तृत विवेचन

प्रेमरस...
कबीरांचा

ओशो

अनुवाद
प्रज्ञा ओक

गौतम बुद्ध, महावीर, गुरू नानक, श्री रामकृष्ण आणि कबीर...
या सर्वांमध्ये कबीरच निराळे का...?
या प्रश्नाचं उत्तर ओशोंनी त्यांच्या खास अभ्यासू शैलीमध्ये
विशद केलं आहे. माणसातली 'प्रेमभावना'
ही कितीप्रकारचे चमत्कार करू शकते...
आणि अध्यात्माचं अवघड दार उघडू शकते,
हे ओशोंनी सुंदर भाषेत सांगितलं आहे...
त्यांचं कबीरांवरचं हे निरुपण आपल्याला
'झोपेतून' जागं करतं, हे निश्चित!